சுராவின்

ஹெர்மான் ஹெஸ்ஸின் 'சித்தார்த்தா' ஓர் ஆய்வு

ஆசிரியர்
சுரானந்தா

சுரா பதிப்பகம்
(Sura College of Competition)
சென்னை

ஹெர்மான் ஹெஸ்ஸின் 'சித்தார்த்தா' ஓர் ஆய்வு

ஆசிரியர் : **சுரானந்தா**

© வெளியீட்டாளர்கள்

முதற்பதிப்பு : ஏப்ரல், 2015

அளவு : 1/8 டெமி

பக்கங்கள் : 176

ISBN: 978-81-7254-470-6

Code : W394

(வெளியீட்டாளரின் எழுத்து மூலமான அனுமதி இன்றி இப்புத்தகத்தை மறுபதிப்புச் செய்யவோ, வேறு மொழிகளில் மொழிபெயர்க்கவோ, அச்சடிக்கவோ, போட்டோகாபி செய்யவோ கூடாது)

சுரா பதிப்பகம்

[An imprint of Sura College of Competition]

தலைமை அலுவலகம்: 1620, 'ஜே' பிளாக், 16-ஆவது பிரதான சாலை, அண்ணா நகர், சென்னை-600 040. ☎ 91-44-26162173, 26161099

கிளைகள்:

- KAP காம்ப்ளக்ஸ், முதல் மாடி, 20, திருவனந்தபுரம் ரோடு, திருநெல்வேலி - 627 002. ☎ 0462-4200557
- 35/1465, கொசநெத் டவர்ஸ், ரத்தினம் லேன், சவுத் ஜனதா ரோடு, பலாரிவட்டம், எர்ணாகுளம் -682025. ☎ 0484-3205797, 2535636
- கடை எண். 7, நகராட்சி வளாகம், ராபின்சன் ரோடு, பாலக்காடு - 678 001. ☎ 0491-2504270.
- TC 28/2816, ஸ்ரீநிகேதன், குதிரவட்டம் ரோடு, சிராகுளம், திருவனந்தபுரம்-695 001. ☎ 0471-4063864.
- 3638/A, 4-ஆவது குறுக்கு, மல்லேஸ்வரம் ரயில் நிலையம் எதிரில், காயத்ரி நகர், சுப்ரமணிய நகர் பின்புற நுழைவாயில், பெங்களூரு - 560 021. ☎ 080-23324950

நொவினா ஆப்செட் பிரிண்டிங் கம்பெனி, சென்னை-**600 005**-இல் அச்சடிக்கப்பட்டு, சுரா பதிப்பகத்திற்காக [An imprint of Sura College of Competition] **1620**, 'ஜே' பிளாக், **16**-வது பிரதான சாலை, அண்ணா நகர், சென்னை - **600 040**-இல் திரு. **வீ.வீ.கே.** சுப்புராசு அவர்களால் வெளியிடப்பட்டது.

தொலைபேசி எண்கள்: ***91-44-26162173, 26161099.*** தொலைநகல்: ***(91) 44-26162173.***

e-mail: enquiry@surabooks.com website: www.surabooks.com

04 15 1000

பொருளடக்கம்

பக்கம்

1. அந்தணனின் மகன் .... 1 - 16
2. சாமணர்களுடன் .... 17 - 31
3. கௌதம புத்தர் .... 32 - 43
4. விழிப்புணர்வு .... 44 - 48
5. கமலா .... 49 - 72
6. மக்களுக்கு மத்தியில் .... 73 - 86
7. சம்சாரம் .... 87 - 100
8. ஆற்றங்கரை .... 101 - 115
9. படகோட்டி .... 116 - 132
10. மகன் .... 133 - 145
11. ஓம் .... 146 - 153
12. கோவிந்தா .... 154 - 168

முன்னுரை

'ஓசோ' என்று அனைவராலும் அறியப்பட்ட ரஜ்னீஷ் அவர்கள் எழுதிய 'The Books I Loved Most' என்ற புத்தகத்தை 10 ஆண்டுகளுக்கு முன்னால் நான் படித்த போது, தான் படித்த ஆயிரக்கணக்கான புத்தகங்களில் மிகச் சிறந்த புத்தகம் ஹெர்மான் ஹெஸ் எழுதிய 'சித்தார்த்தா' என்ற சிறிய புத்தகம் என்று எழுதியிருந்தார். அப்படி என்னதான் அந்த புத்தகத்தில் எழுதப்பட்டிருக்கிறது என்று அறிய ஆவல் தலைக்கேறியது. நான் எனது கல்லூரிப் படிப்பை முடித்துவிட்டிருந்த காலகட்டத்தில் 'சித்தார்த்தா' என்ற இந்தி திரைப்படத்தை சென்னை திரையரங்கு ஒன்றில் பார்த்துள்ளேன். அந்த வயதில் அந்தப் படத்தைப் பார்க்கத் தூண்டிய விஷயம் வேறு. அந்தக் காலகட்டத்தில் இந்தப் புத்தகத்தைப் படித்திருந்தால் சித்தார்த்தன் - கமலா உரையாடல்கள் வேண்டுமானால் என்னை கவர்ந்திருக்கலாம். நல்லவேளை அந்த சமயத்தில் அந்தப் புத்தகத்தைப் படிக்கவில்லை. படித்திருந்தால், ஒரு வேளை அந்தப் புத்தகத்தின்மேல் இவ்வளவு ஈடுபாடு, இப்போது ஏற்பட வாய்ப்பிருந்திருக்காது. இந்த வயதில் மிக ஈர்ப்பது வாசுதேவன் - சித்தார்த்தன் மற்றும் சித்தார்த்தன் - கோவிந்தன் உரையாடல்கள். மனித ஆன்மாவில் உடம்பின் வயதிற்கேற்ப, அனுபவங்களைப் பொருத்து மாறும் மனநிலை.

முதன் முதலில் ஆசியாவில் நோபல் பரிசு பெற்ற அதிலும் இலக்கியத்திற்காக நோபல் பரிசு பெற்ற நூல் ரவீந்திரநாத் தாகூர் எழுதிய 'கீதாஞ்சலி'. அதுவும் அந்த ஒப்பற்ற இலக்கியத்தை, ஓர்

ஆங்கிலேயன் அதற்கு முன்னுரை எழுதிய பின்புதான், உலகம் அங்கீகரித்தது. அடுத்து இந்திய கலாச்சாரத்தை, புத்தகத்தை, சித்தார்த்தன் மூலம் உலகிற்கு உணர்த்திய நூல் ஹெர்மான் ஹெஸ்ஸின் 'சித்தார்த்தா'. அதற்கு 1946-ஆம் ஆண்டு இலக்கியத்திற்கான நோபல் பரிசு கிடைத்தது. இது ஜெர்மன் மொழியில் எழுதப்பட்ட நூல். பின்பு ஆங்கிலத்தில் மொழி பெயர்க்கப்பட்டது. இந்த நூல் 128 பக்கங்களை மட்டுமே கொண்ட ஒரு சிறிய நூல். ஓசோவின் புத்தகங்களில் அடிக்கடி இதில் கூறப்பட்ட விஷயங்கள், ஆங்காங்கே மேற்கோள் காட்டப்படும். உதாரணமாக, வாசுதேவன் ஆற்றோடு பேசும் உரையாடல்கள். இவன் கேட்கும் கேள்விகள். ஆறு அளிக்கும் பதில்கள். சாதாரண வாசகனுக்கு இவைகளெல்லாம் ஒத்துக் கொள்ள முடியாத புதிர்கள்.

புத்தகம் வாங்கிய ஓரிரு நாட்களிலேயே புத்தகம் வாசித்து முடிக்கப்பட்டது. பின்பு யார் இந்த ஹெர்மான் ஹெஸ், இவருக்கும் இந்தியாவிற்கும், இந்திய கலாச்சாரத்திற்கும் என்ன தொடர்பு, கேட்டு எழுதினாரா அல்லது உணர்ந்து எழுதினாரா ? தேடியதில் விவரங்கள் கிட்டியது. இவருடைய தாத்தா, கேரளாவிலுள்ள தலைச்சேரியில் பாதிரியாராகச் சில காலம் பணி புரிந்திருக்கிறார். அது சமயம் ஹெஸ் அவர்கள் சில காலம் இங்கே தங்கி இருந்திருக்கிறார். இவருக்கு பெற்றோர் அரவணைப்பு குறைவு. தன்னுடைய வாழ்வில் அன்பிற்காக ஏங்கி இருக்கிறார். தன்னுடைய வயதை விட மூத்த ஒரு பெண்மணி மீது சிறிய இஷ்டம். ஆனால் அந்தப் பெண்மணி அறிவுரை கூறி அனுப்பிவிட்டாள். எனவே, இந்த நூலை அவர் முழுக்க முழுக்க உணர்ந்தே படைத்திருக்கிறார்.

அதற்குப்பின் இந்த நூலை இரண்டாம் முறை நிகழ்காலத்தில் மட்டும் என்னை நிற்க வைத்துக் கொண்டு, படித்து முடிப்பதற்கு மூன்று மாதங்கள் ஆயின. ஒரு நாளைக்கு ஒன்று அல்லது இரண்டு பக்கங்களுக்கு மேல் படிப்பது இல்லை என்ற முடிவுடன்.

சரி, இதை இன்னும் ஆழமாகப் படித்து அதோடு இரண்டறக்கலந்து விடுவது எப்படி என்ற கேள்வி எழுந்த போது,

அதை மொழிபெயர்த்துவிடுவது என்று முடிவு செய்தேன். 60 ஆண்டுகளுக்கு முன்னால் எழுதப்பட்ட புத்தகம். நான் மொழி பெயர்த்த இந்நூலை தமிழ் மட்டுமே அறிந்த சான்றோரும் வாசித்து, தங்கள் வாழ்க்கையை ஆனந்தமயமாக்கிக் கொள்ளலாமே என்ற எண்ணத்துடன் என்னுடைய சொந்த பதிப்பகத்தின் மூலம் வெளியிடத் துணிந்தேன். லாபமீட்டும் நோக்கம் இல்லை என்பதை அதன் விலையே உங்களுக்குச் சொல்லும்.

இந்த நூலை அப்படியே மொழியாக்கம் மட்டும் செய்யாமல், ஓர் ஆய்வு நூலாக மாற்றி வெளியிட்டால், படிப்பவர்களுக்கு முழுப்பயனும் கிட்டும் என்ற நோக்கில், நான் ஆங்காங்கே படித்தது, கேட்டது முதலியவற்றை இடைச்செருகல் செய்துள்ளேன்.

இந்த நூலை ஆழமாகப் படிப்பவர்களுக்கு, நேற்றைய உலகத்தை விட இன்றைய உலகம் மாறுபட்டுத் தெரியும். இரவீந்திரநாத் தாகூர் அவர்கள் அடிக்கடி கடற்கரைக்குச் சென்று சந்திரோதயத்தை ரசித்துவிட்டு வீடு திரும்புவாராம். இதை அறிந்த பக்கத்து வீட்டுக்காரர், அதிகம் படிக்காதவர், நம் பாஷையில் சொன்னால், பட்டிக்காட்டான், அவர் வீடு திரும்பும் ஒவ்வொரு முறையும் அவரைப் பார்த்துக் கேட்பானாம். ‘இன்று கடவுளின் தரிசனம் கிடைத்ததா?’ என்று. இது தாகூரை எரிச்சல் படுத்தவில்லை. மாறாக ஏதோ விஷயத்தோடுதான் கேட்கிறான் என்று நினைத்துக் கொள்வாராம். ஒரு நாள் இதே போல் திரும்பி வரும் போது, வீட்டருகில் இருந்த சாக்கடைத் தண்ணீரில் நிலா நன்றாகத் தெளிவாகத் தெரிய, அதை சில நிமிடங்கள் தாகூர் உற்று நோக்கியபடி நின்றுவிட்டார். இதைக் கவனித்த பக்கத்து வீட்டுக்காரர், ‘இன்று கடவுளின் தரிசனம் கிடைத்திருக்குமே’ என்றானாம். தாகூருக்கு தூக்கி வாரிப் போட்டது. மகான், ஞானி பக்கத்து வீட்டிலேயே இருந்திருக்கானே! என்னே இறைவனின் விளையாட்டு என்று நினைத்துக் கொண்டாராம்.

அதே போல் உங்களுக்கு இந்தப் புத்தகத்தை படித்து முடித்தபிறகு, கடற்கரைச் சந்திரனும், சாக்கடைச் சந்திரனும் ஒன்றுதான் என்பது புரியும். மேலும் அன்றாடம் நீங்கள் காணும்

காட்சிகளில் இறைவனைக் காண ஆரம்பித்துவிடுவீர்கள். யார் மீதும் பொறாமை கொள்ள மாட்டீர்கள். நடப்பதை மனதார ஏற்றுக் கொள்வீர்கள். அனைத்தையும் கிருஷ்ணன் கீதையில் கூறியபடி சாட்சியாக மட்டும் நின்று பார்க்க ஆரம்பித்து விடுவீர்கள். எதைச் செய்தாலும் அதில் ஈடுபாடு வரும். இலக்கில் இன்பம் காண முனைய மாட்டீர்கள். மாறாக இலக்கை அடையும் வழிகளில் இன்பம் துய்ப்பீர்கள். எந்த எதிர்பார்ப்பும் இன்றி வாழக் கற்றுக் கொள்வீர்கள். ஆற்றின் நீரோட்டத்தை எதிர்த்து நீச்சல் போட மாட்டீர்கள். அதனோடு மிதந்து, அது எங்கு கொண்டுபோய் சேர்க்குமோ அங்கு போகத் தயாராகிவிடுவீர்கள். இடையில் அனுபவிக்கத் தவற மாட்டீர்கள். இலக்கை வைத்துக் கொண்டு தோல்வியை சந்திக்கவே மாட்டீர்கள். எல்லாம் ஆனந்த மயமே.

சுரானந்தா

ஹெர்மான் ஹெஸ்ஸின் 'சித்தார்த்தா' ஓர் ஆய்வு

1

அந்தணனின் மகன்

ஆர்ப்பரிக்கும் ஆறு, படகுகள் அணிவகுத்து நிற்கும் ஆற்றின் கரை, ஆனால் சூரிய ஒளி புகும் அளவே கொண்ட அடர்ந்த மரக்காடு, அதற்கு நடுவிலே அழகான ஒரு வீடு. அந்த வீட்டில் மரங்களின் நிழல். அதன் நடுவே பிறந்து வளர்ந்தவன்தான் சித்தார்த்தன். அவனுடைய ஆத்ம நண்பன் கோவிந்தன். ஆற்றில் குளிக்கும் போது சூரிய ஒளிபட்டு அவனுடைய தோள்கள் மட்டும் நிறம் மாறி இருந்தன. ஆனால் அந்த இயற்கைச் சூழ்நிலை அவனையே அவ்வப்போது மறக்கச் செய்யும். தாயின் பாட்டு அவனுடைய இதயத்தை நெருடும். சித்தார்த்தனின் தந்தை அந்த ஊரிலேயே நன்கு கற்றறிந்த பிராமணன். அவர் மற்றவர்களுக்கு கற்பிக்கும் போதும் அந்த ஊரிலுள்ள பண்டிதர்களுடன் விவாதம் செய்யும் போதும் சித்தார்த்தன் அதில் பங்கு எடுத்துக் கொள்ளத் தவறமாட்டான். தான் இவ்வாறு வாதித்து தெளிவு பெற்றதையும் கற்றதையும் தன் நண்பன் கோவிந்தனுடன் விவாதம் செய்வான். அது போக, தானாக சிந்தனை செய்வதையும் தியானம் செய்வதையும் வழக்கமாக வைத்திருந்தான். இதற்கிடையில் **'ஓம்'** என்ற பிரணவ மந்திரத்தை மனதிற்குள் மௌனமாக எவ்வாறு உச்சரிப்பது என்பதை அறிந்திருந்தான்.

உலகத்திலுள்ள அனைத்து மதங்களுக்கும் இரண்டு தர்மங்களே அடிப்படை - ஒன்று யூத தர்மம், மற்றொன்று (இந்து) சனாதன தர்மம். யூத தர்மம் மேலை நாடுகளுக்குச் சொந்தமானது. சனாதன தர்மம் கீழை நாடுகளுக்குச் சொந்தமானது. யூத தர்மத்திலிருந்து பிறந்தவைதாம் யூத மதம், கிறித்துவ மதம், இஸ்லாமிய மற்றும் பார்ஸி மதங்கள். சனாதன தர்மத்திலிருந்து தோன்றியவைதாம் இந்து மதம், புத்த மதம், ஜைன மதம் மற்றும் சீக்கிய மதம். யூத தர்ம மதங்கள் ஒளியை அடிப்படையாகக் கொண்டுதான் இந்தப் பிரபஞ்சம் உருவாகியது என்று கருத்து கொள்கின்றன. ஆனால் நம்முடைய இந்து தர்மம் ஒலிதான் அடிப்படை என்று நிர்ணயத்து உள்ளது. இன்றைய அறிவியல் இந்தப் பிரபஞ்ச பிறப்பை, வளர்ச்சியை அண்டப்பெரு வெடிப்பு (Big Bang Theory) கொண்டு விளக்குகிறது. ஒரு சிறு உருண்டையாக இருந்த மாபெரும் சக்தி வெடித்துக் கிளம்பியதால், இப்பிரபஞ்சம் உருவாயிற்று என்பது அறிவியலாளர்களின் கண்டுபிடிப்பு, இதை நமது இந்து தர்மம் என்றோ கூறிவிட்டது. ஒரு மாபெரும் சக்தியாக முடங்கிக் கிடந்த ஒன்று முக்குணங்களின் வேறுபாட்டால் வெடித்துச் சிதறியது என்று நமது தர்மம் கூறுகிறது. அப்படி வெடித்த பொழுது, ஏற்பட்ட சப்தம்தான் 'ஓம்' என்ற பிரணவ மந்திரம். இதே ஓசையுடன்தான் பூமியும் சூரியனிலிருந்து பிரிந்த போது ஏற்பட்டது. இதுதான் நம்முடைய ஒவ்வோர் ஆன்மாவிலும் ஒலித்துக் கொண்டிருக்கிறது. அதையறிவதைத்தான் இந்து தர்மம் உணர்த்துகிறது. இதை அறிந்தோ அறியாமலோ சித்தார்த்தன் சிறுவயதிலேயே பிரயோகிக்கக் கற்றுக் கொண்டுவிட்டான்.

கட உபநிடதத்தில் சிறுவன் நசிகேதனைப் பற்றிய ஒரு கதை உண்டு. நசிகேதனின் தந்தை ஒரு வேள்வியில் ஈடுபட்டிருக்கும் பொழுது பலவற்றை அர்ப்பணம் செய்து கொண்டிருந்தார். அப்பொழுது

சின்னஞ்சிறுவனான நசிகேதன் 'வேள்வியில் இவ்வளவு பலிகள் கொடுக்கிறாயே, என்னை யாருக்குப் பலி கொடுக்கப் போகிறாய்?' என்று கேட்டுவிட்டான். தந்தையும் சிந்தனை எதுவும் செய்யாமல் "உன்னை எமனுக்குப் பலி கொடுக்கப் போகிறேன்" என்று கூறிவிடுகிறார்.

தன் தந்தையின் வார்த்தையை கெட்டியாகப் பிடித்துக் கொண்டு, "தந்தையே! வாக்கு மாறாதீர்கள். நீங்கள் அதை நிறைவேற்றுங்கள்" என்று அடம்பிடித்தான். நசிகேதனும் எமலோகம் சென்றான். இவன் வரவை முற்றிலும் எதிர்பார்த்திராத எமதர்ம ராஜன் வெளியூர் சென்று திரும்பலானான். எமனின் அரண்மனை வாயிலில் இரண்டு நாட்கள் நசிகேதன் காத்திருக்க வேண்டியிருந்ததால், அவனுக்கு இரண்டு வரங்கள் கொடுக்கப்பட வேண்டிய நிர்பந்தம் எமனுக்கு ஏற்பட்டது. முதல் வரத்தைப் பற்றி இங்கு அதிகம் பேசத் தேவையில்லை. இரண்டாவது வரமாக இந்தப் பிரபஞ்ச இரகசியத்தை நசிகேதன் அறிய விரும்பினான். எமதர்மராஜன் இவன் சிறுவன்தானே என்றுநினைத்துக் கொண்டு, "உனக்கு வேண்டியதை எல்லாம் நான் தருகிறேன். சொர்க்கத்தைத் தருகிறேன். ஏழேழு லோகங்களுக்கும் உன்னை அரசனாக்குகிறேன்" என்று கூறியும் நசிகேதன் மசியவில்லை. வரத்தை பூர்த்தி செய்யும் பொருட்டு எமதர்மராஜன் "நசிகேதா! அது மிக மிக இரகசியமானது! யாராலும் அதை எளிதாக அறிந்து கொள்ள முடியாது! இந்தப் பிரபஞ்ச ஆரம்பத்தில் ஏற்பட்ட ஒலி மிக மிக அளவிடற்கரிய தொலைவிலிருந்து, இன்றும் கேட்டுக் கொண்டுதான் இருக்கிறது. அந்த ஒலியைப் பிடித்து, அதன் பின்னே செல்வாயானால், நீ இந்த பிரபஞ்ச இரகசியத்தை அறிந்து கொள்ளலாம்" என்று கூறினான்.

நமது வேதங்களும் உபநிடதங்களும் இந்த **'ஓம்'** என்ற பிரணவ மந்திரத்தைதான் பிரபஞ்ச அட்சாரமாகக் கொண்டுள்ளது.

இவ்வாறு உச்சரித்து மூச்சை உள்வாங்கும் போதும் வெளியிடும் போதும் இந்த **'ஓம்'** சித்தார்த்தனின் ஆத்மாவின் அடிநாதமாகவே அடி ஆழத்தில் இருந்தது. உள்ளிருக்கும் அவனது ஆத்மாவின் தொடர்பையும் பிரபஞ்சத்தைத் தாங்கிக் கொண்டிருக்கும் அந்த அழியாத சக்தியின் (தொடர்பை) பிணைப்பை உணர்ந்திருந்தான்.

அந்தணர்களின் அறிவு வளர்ச்சி ஞானம் பெறுவதற்கு ஒரு தடையாகவே இருந்திருக்கிறது. அறிவு வேறு ஞானம் வேறு என்பதை இயற்கையிலேயே உணர்ந்து கொண்டான் சித்தார்த்தன். உணர்ந்து கொண்டதன் காரணமாகவோ என்னவோ சிறிது காலத்திலேயே அந்தக் கூட்டத்தை விட்டு போய்விடுவது என்று முடிவெடுக்கிறான். அவன் செய்தது ஒரு வழியில் சரியாகத்தான் தோன்றுகிறது. ஒரு ஜென் கதை ஒன்றை இங்கே கூறுகிறேன்.

> அனைத்துத் துறைகளிலும் கற்றறிந்து புலமைப் பெற்ற பேராசிரியர் ஒருவர் ஒரு ஜென் துறவியிடம் சென்று ஞானம் பெற விரும்பினார். ஜென் துறவி அவர் வந்த நோக்கத்தை அறிந்து கொண்டு மௌனமாக தேநீர் அளிப்பதற்காக ஒரு கோப்பையை பேராசிரியரிடம் கொடுத்தார். பேராசிரியர் கையில் பிடித்திருந்த அந்தக் கோப்பையில் ஜென் துறவி தேநீரை ஊற்றலானார். கோப்பை நிறைந்து தேநீர் வெளியே வழிய ஆரம்பித்தது. அதைக் கவனிக்காதவர் போல துறவி தேநீரை ஊற்றிக் கொண்டேயிருந்தார். பேராசிரியரோ கூக்குரலிட ஆரம்பித்துவிட்டார். உடனே ஜென் துறவி கூறினார், "உங்களுடைய மனது, அறிவால் முழுதும் நிரம்பி இருக்கிறது. இதற்கு மேல் நான் ஞானத்தை ஊற்றினால், அதை நீங்கள் உள்வாங்க முடியாது. இந்தத் தேநீர் வெளியேறியது போல வெளியேறவே செய்யும். எனவே முதலில் உங்களுடைய அறிவை முழுமையாக வெளியேற்றி விட்டு வாருங்கள்! பிறகு ஞானமார்க்கத்தை கூறுகிறேன்" என்றார் அந்தத் துறவி.

எனவேதான் சித்தார்த்தன் அந்த அறிவுக் கூட்டத்திலிருந்து வெளியேறிவிட வேண்டுமென்ற தீர்மானத்தை எடுத்துவிட்டான் போலும். இங்கே லியோ டால்ஸ்டாய் கூறிய கதைதான் நினைவிற்கு வருகிறது.

ஒரு நாள் தலைமை தேவாலயத்திலிருந்து மூன்று பாதிரியார்கள் அந்த குக்கிராமத்திற்கு ஒரு விஷயத்தைக் கேள்விப்பட்டு வந்தனர். வந்தவர்கள் ஆவேசமாக, ''யாரோ மூன்று பேர் கடவுளின் ராஜ்யத்தில் நுழைவதற்குத் தகுதியானவர்கள் தாங்கள் என்று கூறிக்கொண்டு இந்த ஊருக்கு வந்திருக்கிறார்களாமே? எங்களுடைய அனுமதியின்றி அவர்கள் எப்படி அவ்வாறு சொல்லித்திரியலாம். மேலும் அவர்களுக்கு வேதம் தெரியாது. பைபிளிலிருந்து ஒரு வசனத்தைக் கூட உச்சரிக்கத் தெரியாதாமே, அப்படியிருக்க அவர்களை எப்படி நீங்கள் அனுமதித்தீர்கள்?'' என்று கொதித்தனர். ''அவர்கள் எங்கே? அவர்களைக் காண வேண்டும்'' என்றனர். ''அவர்கள் அதோ அந்தச் சிறிய தீவில் வாசம் செய்கின்றனர். அவர்களால் எந்த உபத்திரமும் இல்லை'' என்றனர் ஊர்மக்கள்.

''உடனே ஒருசிறு படகைத் தயார் செய்யுங்கள். அவர்களை நாங்கள் காண வேண்டும். சோதிக்க வேண்டும்'' என்று பாதிரியார்கள் அவசரப்பட்டனர். படகில் சென்று மூவரையும் பார்த்தனர். பல வினாக்கள் தொடுத்தனர். அனைத்துக்கும் அவர்களின் பதில் ஒன்றும் தெரியாது என்பதே. சரியான மூடர்கள், இவர்களா கடவுளின் ராஜ்யத்தில் பிரவேசிக்கத் தகுதி பெற்றவர்கள்? என்று முணு முணுத்துக் கொண்டனர்.

சரி போனது போகட்டும். இனிமேல் இப்படி சொல்லிக் கொண்டு அலையாதீர்கள். நாங்கள் கற்றுக் கொடுக்கும் ஒரு வரியையாவது கற்றுக் கொள்ளுங்கள். மனப்பாடம் செய்யுங்கள்.

''ஏரோது அரசன் காலத்தில் யேசு பிறந்தார்'' என்று சொல்லிக் கொடுத்தனர். ''இதெல்லாம் எங்கள் மூளையில் ஏறாது. இருந்தாலும் முயற்சிக்கிறோம்

என்று ஒப்புக்கொண்டனர். ஏரோது, ஏரோது என்று மனப்பாடம் செய்யும் போதே மீதி மறந்து விட்டது. இதற்கிடையில் பாதிரிகள் பாதிதூரம் படகில் சென்றுவிட்டனர். இந்த மூவரும் அவர்களை வேகமாக அணுக நினைத்து தங்களை மறந்து தண்ணீரின்மேல் ஓடினர். இவர்கள் இவ்வாறு ஓடிவருவதைக் கண்ட பாதிரிகள் படகிலிருந்தபடியே அவர்களுடைய பாதங்களை நமஸ்கரித்தனர். அவர்களோ ''நீங்கள் கூறியது மறந்து விட்டது. நினைவூட்டமுடியுமா என்று பணிந்தனர்.

இது டால்ஸ்ட்டாயின் கற்பனைக் கதையாக இருந்தாலும், கடவுளின் ராஜ்யத்தினுள் நுழைய அறிவு தேவையில்லை. அகங்காரமற்ற அனந்த நிலையே தேவை. இதைத்தான் கிருஷ்ணன் கீதையில் ''கர்மத்தை விகர்மமாகச் செய்து அதை அகர்மமாக்கிவிடு. அந்த அகர்மத்தினால் கிடைக்கும் பேரையும் துறந்துவிடு. என்னை அடைய அதுவே வழி'' என்று கூறுகிறார். அறிவை சேகரித்து வைத்துள்ளவர்கள் அதைச் சுடராக்கி ஞானத்தைத் தேட வேண்டும். அறிவினால் அகங்காரம் கூடாது.

சித்தார்த்தனின் அசுரவேக அறிவு வளர்ச்சியும் வேத சித்தாந்த வேட்கையும் அவன் தந்தையை பிரமிக்க வைத்தது. அந்தணர் குலத்தில் அறிவாற்றலில் சித்தார்த்தன் ஒரு இளவரசனாகவே திகழ்ந்தது தந்தைக்கு மட்டற்ற மகிழ்ச்சியை அளித்தது. அவனுடைய நடை உடை பாவனைகள் அவன் தாயைப் பெருமிதம் கொள்ளச் செய்தது. அவனுடைய உடல்வாகும் நடையும் விரிந்த கண்களும், அந்தணர்குல மாதர்களை அவன் பால் மையல் கொள்ள வைத்தது.

கோவிந்தன், சித்தார்த்தன் மீது அளவற்ற அன்பு காட்டினான். சித்தார்த்தனின் கூரிய கண்களையும் தெளிவான பேச்சையும் அவனது மிடுக்கான நடையையும் மிகவும் ரசித்தான். சுருக்கமாகச் சொல்லப் போனால் சித்தார்த்தனின் ஒவ்வோர் அசைவையும் காதலிக்கவே ஆரம்பித்து விட்டான். சித்தார்த்தன் ஒரு சாதாரண பூசாரியாகவோ, பிறருக்கு உதவாத வெற்றுப் பேச்சாளனாகவோ, ஓர் ஏமாற்று வித்தைக்காரனாகவோ, சுருங்கச் சொன்னால், சாதாரண பிற அந்தணர்களைப் போல வளரமாட்டான் என்று

கோவிந்தன் ஆணித்தரமாக நம்ப ஆரம்பித்துவிட்டான். சித்தார்த்தனை கோவிந்தன் தனது மானசீக குருவாகவே மதிக்க ஆரம்பித்துவிட்டான். ஒட்டுமொத்தமாகச் சொல்வதென்றால், கோவிந்தன் சித்தார்த்தனின் நிழலாகவே இருக்க விரும்பினான்.

அனைவரின் அன்பிற்கும் மதிப்பிற்கும் உரியவனானாலும் கூட, கோவிந்தன் அவன் மேல் கொண்டிருந்த பற்றே அலாதி. அனைவரும் சித்தார்த்தனைக் கண்டு பிரமித்துப் போனதுமில்லாமல் ஒவ்வொருவரும் அவனாகவே இருக்க ஆசைப்பட்டனர்.

ஆனால் ஏனோ சித்தார்த்தன் மட்டும் மகிழ்ச்சியாக இல்லை.

சித்தார்த்தன் பிறந்து வளர்ந்த இடத்தை சூழ்நிலையை மற்றவர் அனைவரும் ரசித்தே வாழ்ந்து வந்தனர். சித்தார்த்தன் அங்கே இருந்த தோட்டத்தில் உலா வருவதையும், யோக நிலையில் அமர்ந்திருப்பதையும், பூஜை புனஸ்காரங்கள் செய்யும் ஒவ்வோர் அசைவையும் கண்டு அகம் மகிழ்ந்தனர். மற்றவர்களுக்கு மகிழ்ச்சியைக் கொடுக்க சித்தார்த்தனுக்கு முடிந்ததே அல்லாமல் தனக்குத்தானே ஆனந்தத்தை தேடிக் கொள்ள முடியவில்லை. அவனுடைய மனம் வேதனையில் அல்லாடியது.

அவன் தினம் தினம் காணும் காட்சிகளிலிருந்தும் ஓடும் நதியிலிருந்தும், மின்னும் நட்சத்திரக் கூட்டங்களிலிருந்தும், சூரியனின் கிரணங்களிலிருந்தும், காணும் கனவுகளிலிருந்தும் அலைக்கழிக்கும் எண்ணங்களே சித்தார்த்தனின் மனதில் மேலோங்கி நின்றன. ரிக் வேதமோ, மூத்த அந்தணர்களின் உபாசனைகளோ, வேதமந்திரங்களோ சித்தார்த்தனுக்கு மனச்சாந்தியை அளிப்பதற்கு பதில் சஞ்சலத்தையே அதிகமாகக் கொடுத்தன. ஆத்மாவின் அலைக்கழிப்பே மேலோங்கி இருந்தது.

சித்தார்த்தன் தன் மனதில் சஞ்சலத்தின் சலனங்களை உணர ஆரம்பித்தான். அவனுடைய தாய், தந்தையின் அன்போ, நண்பன் கோவிந்தனின் ஆழமான நட்போ மாத்திரம் சித்தார்த்தனின் மனதிற்கு ஒரு நிறைவைக் கொடுக்கவில்லை.

தந்தை கற்றுக் கொடுத்ததோ, மற்ற அந்தணர்கள் ஓதிய வேதங்களோ அவனுடைய அறிவுப் பசியை தீர்க்கவில்லை,

அவனுடைய ஆத்மாவிற்கு சாந்தியையும் கொடுக்கவில்லை, அவனுடைய அலைபாயும் மனதையும் நிலை நிறுத்தவில்லை. மாறாக அவனுக்கு மிஞ்சியது, வேதமந்திரங்களின் மீது நம்பிக்கையின்மை மட்டுமே.

புனித நீராடுதல் நன்றே. ஆனால் அது வெறும் நீரே. அது பாவங்களைப் போக்குவதில்லை. மனதின் வேதனையைப் போக்கவும் இல்லை. இதுதான் அனைத்துமா? பலியிடுதல் சந்தோஷத்தை கொடுத்ததா? கடவுள்கள் யார்? பிரஜாபதியா இந்த உலகத்தை உருவாக்கினார். ஆத்மன் உருவாக்கியதா? இல்லை யார்தான் சிருஷ்டித்தது. என்னைப் போல் உன்னைப் போல் மாறக் கூடிய அழியக்கூடிய கடவுள்களை உருவாக்கி அதற்கு பூஜைகளும் பலியிடுதலும் செய்வது நியாயமா? அப்படியானால் இவைகளை யாருக்கு செய்யவேண்டும்?

ஆத்மனுக்கு மாத்திரமே. அப்படியென்றால் அந்த ஆத்மனை எங்கே காண்பது? அவன் எங்கே இருக்கிறான். அவனுடைய நாடித்துடிப்பு எங்கிருக்கிறது. அவன் நம்மிலேயே உறைந்திருக்கிறான் என்றால் எவ்வளவு ஆழத்தில் புதைந்து கிடக்கிறான். அவனுக்கோ ஸ்தூல சரீரம் கிடையாது. நம்முடைய எண்ணமோ மனச்சாட்சியோ அவனல்லன். இதைத்தான் நாம் கற்றிருக்கிறோம். அவனைக் கண்டுபிடிப்பதற்கு வழி என்ன? தேடினால் கிடைப்பானா? அல்லது தேடுதல் வீணா? இதுவரை யாரும் ஒரு வழியையும் காட்டியது இல்லை. எனது தந்தையும் காட்டவில்லை, ஆசிரியர்களும் காட்டவில்லை, புனித நூல்களும் கற்பிக்கவில்லை. அந்தணர்களும் அவர்கள் வாசிக்கும் புனித நூல்களும் அனைத்தையும் அறியும். உலகம் தோன்றியதை அறியும், பஞ்சபூதங்களை அறியும். மற்ற அனைத்தையும் அறிவுறுத்தும். ஆனால் முக்கியமான ஒன்றை மற்றும் அறியாது. அறிவிக்கவும் செய்யாது.

வேதங்களின் ஆசிரியர் யார்? வேதங்களில் மிகப் பழமையானது ரிக் வேதம். ஆரியர்கள் காலத்தில் தோன்றியது என்று கூறுவது அபத்தம். பிரபஞ்சம் தோன்றிய சில ஆண்டுகளிலேயே வேதங்கள் தோன்றி இருக்க வேண்டும். பிரபஞ்ச தோற்றத்தின்

அடிப்படையாக 'Big Bang Theory' யை விஞ்ஞானம் கூறுகிறது. நமது சனாதன தர்மமும் அதைத்தான் கூறுகிறது. முக்குணங்களின் வேறுபாட்டால், வெடித்துச்சிதறிய போது ஏற்பட்ட மூல ஒலிதான் **'ஓம்'**. இதே ஒலியோடுதான் பூமியும் சூரியனிலிருந்து பிரிந்து வந்தது. ஓம் என்ற ஓங்கார த்வனி சில பல விநாடிகளிலேயே வேறு வேறு ஒலிகளை ஏற்படுத்தின. நாம் கேட்கும் அத்தனை ஒலிகளுக்கும் மூலாதாரம் **ஓம்** என்ற பிரணவ மந்திரமே. இப்போதும் அந்த ஒலி ஒலித்துக் கொண்டுதான் இருக்கிறது. நாம் கேட்கும் சக்தியை இழந்துவிட்டோம். ஆன்மிக வேட்கை கொண்டவர்கள் அந்த ஒலி நாதத்தைக் கேட்டிருக்கிறார்கள். கேட்டவுடன் அவர்கள் தங்களை இழந்துவிடுவதால் யாருக்கும் அறிவிக்க முடியவில்லை. புத்தர் ஞானமடைந்த பின்பு நீங்கள் எதைக் கண்டீர்கள், கேட்டீர்கள் என்று பிரம்மனும் இந்திரனும் வந்து விசாரித்தார்களாம். அப்படி அவர்களாலேயே அறியப்படாத சத்தியம். கட உபநிடதத்தில் விடாப்பிடியாக இருந்த நசிகேதனிடம் யமன் இதைத்தானே கூறுசிறான். ஓங்கார ஒலி இன்னும் கேட்டுக் கொண்டுதான் இருக்கிறது. அதைப்பிடி, ஆதாரத்தை அடைந்துவிடுவாய்.

'ஓம்' என்ற மூல ஒலி ஒலிக்கத் தொடங்கிய சிலபல ஆண்டுகளுக்குப்பின் எழுந்த பல ஒலிகளின் கோர்ப்புதான் வேதங்கள். அவைகளை சிலரால் மட்டுமே பகுத்தறிந்து ஒலிகளின் தொகுப்பை ஒவ்வோர் அட்சரமாகக் கோர்த்து சொல்லப்பட்டது தான் வேதங்கள். ஒவ்வோர் அட்சரத்திற்கும் அதனுள் உள்ள ஆதார ஒலிகளுக்கும் ஓர் ஆசிரியன், ஒரு தொகுப்பாளன். இப்படி நமக்குக் கிடைத்ததுதான் வேதங்கள். எனவே வேதங்களின் ஆசிரியன் அந்தக் கடவுள். அனைவராலும் அறியமுடியாத அந்த சத்தியம்.

நடைமுறையில் இதை விளக்கலாம். மிக தூரத்தில் கேட்கும் ஒலியைப் பகுத்தறிய முடியாது. ஏதோ சப்தம் கேட்கிறது என்று மட்டும் அறியலாம். அருகில் செல்லச் செல்ல அந்த ஒலி பெருக்கியினால் ஏற்படுத்தப்படும் சப்தம், பாட்டாக, பேச்சாக துல்லியமாகக் கேட்கும். இப்படித்தான் வேதங்களின் ஒலியை நம் முன்னோர்கள் பிடித்தனர். அப்போது அந்த ஒலி அவர்கள் அருகாமையில் இருந்தது. இந்த வேதங்களின் மறு பதிப்பாக நாம் அறிய வேண்டுமென்பதற்காகவே, கீதையும் பிரபந்தங்களும் நமக்குக் கூறப்பட்டன. இவையும் வேதங்களின் விளக்கப் பதிப்பே.

சாம வேதமும் உபநிடதங்களும் அறிய முடியாத ஆழத்திலிருக்கும் இந்த ஆத்மாவைப் பற்றிச் சொல்லி இருக்கின்றன. 'உன்னுடைய ஆத்மாதான் இந்த உலகம்' என்று. ஒரு மனிதனின் ஆழ்ந்த நித்திரையில் அவனது ஆத்மாவில் குடி கொள்கிறான் என்று கூறுகிறது. இப்படி கூறக்கூடிய சொற்களில் அதிக ஞானம் இருக்கிறது. இந்த சொற்றொடர்கள் எல்லாம் தேனீக்கள் சேகரித்த சுத்த தேனைப் போல. வேதங்களும் புனித நூல்களும் கூறும் ஆத்மாவைப் பற்றிய இந்த ஆழமான அறிவை அவ்வளவு சுலபமாக விட்டொழிக்க முடியாது. இந்த அறிவை உலகத்திற்குக் கூறியது மட்டுமில்லாமல் அதை உணர்ந்தவர்கள் எங்கே? ஆழ்ந்த உறக்கத்தில் ஆத்மாவை அறிந்தவர்கள், நிற்கும் போதும் நடக்கும் போதும் உணர்ந்திருந்தார்களா? சித்தார்த்தனுக்கு வேதம் ஓதும் பிராமணர்கள் பலரைத் தெரியும். தனது தந்தையே ஒரு தலைசிறந்த பிராமணன். ஒரு சிறந்த அப்பழுக்கற்ற வாழ்க்கை வாழக் கூடியவர். அவர் எப்போதாவது அமைதியை அடைந்தாரா? ஆனந்தத்தில் திளைத்தது உண்டா?

சித்தாந்த சிந்தனை ஓட்டங்கள் சிறு வயதிலேயே ஒருவருடைய மனதில் தாக்கத்தை ஏற்படுத்துகிற போதுதான் ஞானம் பிறக்க வழியுண்டு.

எந்த ஒரு மனிதனும் 30 வயதைக் கடந்து ஞானம் பெற்றதாக வரலாறு இல்லை. மனித வாழ்க்கையில் முதல் 30 ஆண்டுகளே ஏற்றம். பின்பு இறக்கம்தான். விவேகானந்தர் சிறுவயதில் நரேந்திரனாக இராமகிருஷ்ண பரமஹம்சரிடம் சென்று "கடவுளை நீங்கள் எனக்கு காட்ட முடியுமா?" என்று கேட்டவர். ஒரு முறை கல்கத்தாவில், அனைவராலும் பெருமிதமாகப் பேசப்பட்ட ஒரு சாமியார் ஹூக்ளி நதியின் அக்கரையிலே தங்கியிருக்கிறார் என்று கேள்விப்பட்டு, இரவென்றும் குளிரென்றும் பாராமல் அப்பெருநதியை நீந்தி, அந்தச் சாமியாரிடமும் இந்தக் கேள்வியைக் கேட்டார். அவர் ஏதேதோ வியாக்யானம் பேச, அவரை உதாசீனம் செய்து விட்டு, நரேந்திரர் இக்கரைக்குத் திரும்பிவிட்டார். இப்படியாக புத்தர், மகாவீரர், ஆதிசங்கரர் என்று யாரை எடுத்துக் கொண்டாலும் சித்தார்த்தனின் இளம் வயது அனுபவமே அனைவருக்கும் ஏற்பட்டுள்ளது.

இன்னும் அவர் தேடிக்கொண்டு தான் இருக்கிறார்? தினமும் பூஜை செய்கிறார். பாவங்களை விலக்க புனித நீராடுகிறார். அவருடைய இதயத்தில் அல்லது தனது மிக ஆழத்தில் ஆத்மா குடி கொள்ளவில்லையா? ஒவ்வொருவரும் இதைத்தானே தினமும் செய்கிறார்கள். எனவே ஆத்மாவைத் தேடுவதற்கு இவர்கள் வழி சரியில்லை. அனைத்தும் தவறு.

இப்படியாக, சித்தார்த்தனின் எண்ண அலைகள் சிறகடிக்க ஆரம்பித்தன. இதுவே அவனது தாகம். அவனது கவலை எல்லாம்.

'உண்மையில் சொல்லப் போனால் பிரம்மத்தின் பெயர் சத்தியம்! அதை உணர்ந்தவன் தினம்தினம் சத்தியலோகத்தில் பிரவேசிக்கிறான்' என்று சந்தியோக உபநிடதம் சொல்கிறது. இதை அடிக்கடி சித்தார்த்தன் நினைவுகூருவது வழக்கம். சத்திய லோகம் அருகில் இருப்பதாகத்தான் தோன்றுகிறது. ஆனால் யாரும் நுழைந்ததாகத் தெரியவில்லை. சிறந்த ஞானிகள் கூட இதை

அடைந்ததாகத் தோன்றவில்லை. இவ்வாறாக, சித்தார்த்தன் யோசித்துக் கொண்டிருந்தான்.

பின்பு நண்பன் கோவிந்தனை தியானம் செய்வதற்கு ஒரு ஆலமரத்தின் அடியில் வரும்படி அழைக்கிறான்.

'எந்த ஒரு மாற்று சிந்தனையில்லாது மனதை ஒரு நிலைப்படுத்தி, ஆத்மா என்ற அம்பை 'ஓம்' எனும் வில்லில் பூட்டி எய்தால் பிரம்மம் என்ற இலக்கை அடையலாம்.'

தியானத்தில் அமர்ந்த கோவிந்தன் சிறுது நேரம் கழித்து மௌனம் கலைந்து சந்தியாவந்தனம் செய்வதற்குத் தயாராகிறான். ஆனால் சித்தார்த்தன் ஆடாமல் அசையாமல் பிரம்மத்தை நோக்கி, மூச்சு நின்று விட்டவன் போல் தன் உள்ளத்தில் ஓம் எனும் மந்திரத்தை ஜெபித்தபடி இன்னும் அமர்ந்திருக்கிறான்.

ஒரு சமயம் சித்தார்த்தனின் ஊர் வழியாக மூன்று 'சாமணர்கள்' சென்றதை நினைவுகூர்ந்தான். சாமணர்கள் நாடோடிகள். அவர்கள் மூவர். முதியவர்களும் அல்லர் இளைஞர்களும் அல்லர். மெலிந்த தேகத்துடன் புழுதி படிந்த தோற்றத்துடன், கிட்டத்தட்ட உடை ஏதும் அணியாமல், வெயிலால் அதிகம் சுட்டெரிக்கப்பட்டு மெலிந்த ஓநாய்களைப் போல் இருந்தனர். ஆனால் அவர்கள் முற்றும் துறந்த முனிவர்கள். சலனமில்லாதவர்கள். சஞ்சலமில்லாதவர்கள்.

அவர்களின் நினைவு சித்தார்த்தனின் மனதில் நிழலாடியது. உடனே கோவிந்தனை அழைத்து 'கோவிந்தா, உன் நண்பன் சித்தார்த்தன் நாளை சாமணர்கள் கூட்டத்தில் சேரப் போகிறான்' என்று கூறினான்.

சித்தார்த்தனின் இந்த தீர்க்கமான முடிவைக் கேட்டவுடன், வில்லிலிருந்து புறப்பட்டு இலக்கை நோக்கிச் செல்கிற அம்பாக சித்தார்த்தன் மாறிவிட்டான் என கோவிந்தன் முடிவுக்கு வந்தான். இவனை இந்த முடிவிலிருந்து மாற்றுவது கடினம் என கோவிந்தன் சித்தார்த்தனின் முகத்திலிருந்து தெரிந்து கொண்டான்.

'இதற்கு உன் தந்தை சம்மதிப்பாரா' என்று கோவிந்தன் கேட்டான்.

இதைக் கேட்டவுடன், சித்தார்த்தன் எங்கிருந்தோ உயிர்த் தெழுந்தவன் போல கோவிந்தனைக் கண்கொட்டாமல் பார்த்தான். கோவிந்தனுடைய இந்த சந்தேகத்தையும் பதற்றத்தையும் சித்தார்த்தனால் நன்றாகவே புரிந்துகொள்ள முடிந்தது.

வாழ்க்கையில் ஏதோ ஒரு தருணத்தில் எந்த எதிர்பார்ப்பும் இல்லாமல் கணநேரம் கூட யோசிக்காமல் எடுக்கப்படும் முடிவுகளால்தான் ஞானிகளோ, முட்டாள்களோ, செல்வந்தர்களோ, ஏழைகளோ உருவாகிறார்கள். நடுநிலையில் இருக்கும்போது ஆனந்தம் கிட்டும். அவ்வாறு கண நேர முடிவெடுத்தவர்கள்தாம் புத்தரும், மகாவீரரும், பகுபாலியும். அரசப்பதவியை கணநேரத்தில் துறந்தவர்கள். தோற்பவர்களும் இந்த மாதிரியான கண நேர முடிவெடுப்பவர்கள்தாம். ஆனால் அவர்களைப் பற்றி யாரும் எழுதுவதில்லை. கண நேர முடிவில்தான் அர்ஜுனன் போர் புரிய மாட்டேன் என்று நிற்கிறான். 'நான் போர்புரிந்து துரியோதனாதிகளை கூண்டோடு அழிப்பேன்' என்று அசைக்க முடியாத சபதம் பூண்டு அடுத்த முனையில் நின்றவன். கண நேரத்தில் மாறிவிட்டான். அவனை சரியான நிலைக்குத் திருப்ப ஒரு பெரும் கீதாஉபதேசமே தேவைப்பட்டது.

'நாம் இப்பொழுது பேச்சில் பொழுதைக் கழிக்க வேண்டாம். நாளை காலை நான் சாமண வாழ்க்கையைத் தொடரப் போகிறேன். இதற்கு மேல் ஒன்றும் சொல்வதற்கில்லை' என்ற சித்தார்த்தனின் பதிலில் தீர்க்கமான முடிவு தெரிந்தது.

சித்தார்த்தன் தன் தந்தையின் அறைக்குச் சென்றான். அவன் தந்தை அவனது வரவை அறிந்து கொள்ளும்வரை சித்தார்த்தன் ஏதும் பேசாமல் மௌனமாக நின்று கொண்டிருந்தான். அவன் வந்ததை அறிந்த தந்தை, அவன் வந்ததின் நோக்கம் என்ன என்று வினவினார்.

'தந்தையே நாளை காலை நான் வீட்டை விட்டு வெளியேறி சாமணர்களுடன் சங்கமமாகப் போகிறேன். அதற்கு தாங்கள் மறுப்புத் தெரிவிக்க மாட்டீர்கள் என நினைக்கிறேன்' என்றான்.

இருவரிடையே நிலவிய நீண்ட நேர அமைதிக்குப் பின்பும் தந்தையும் மகனும் எந்தவித சலனத்தையும் காட்டவில்லை.

'நான் ஓர் அந்தணன். ஆகையால் உனது மனம் புண்படும்படி எந்தவொரு வார்த்தையும் கூற விரும்பவில்லை. இனியும் ஒருமுறை இத்தகைய கோரிக்கைகளை வைக்க வேண்டாம்!' என்று கூறி தந்தை மெதுவாக எழுந்து நின்றார்.

சித்தார்த்தனோ ஆடாமல் அசையாமல் தன்னுடைய கைகளைக் கட்டியபடி தன் குறிக்கோளில் குறியாக, தன் தந்தையின் அனுமதிக்காகக் காத்திருந்தான். தந்தை மிகுந்த மன வேதனையுடன் அந்த அறையைவிட்டு வெளியேறி தனது படுக்கையில் படுத்துவிட்டார்.

ஒருமணி நேரம் கழிந்துவிட்டது. தந்தைக்கோ தூக்கம் வரவில்லை. மனச் சஞ்சலத்துடன் வீட்டிற்கு வெளியே வந்தவர் சாளரத்தின் வழியாக இன்னும் சித்தார்த்தன் அங்கேயே கைகளைக் கட்டிய அதே நிலையில் எந்தவித அசைவும் இல்லாமல் நிற்பதைக் கண்டார்.

மிகுந்த மன வேதனையுடன் மறுபடியும் தந்தை படுக்கச் சென்றார். தூக்கம் வரவில்லை. ஒருமணி நேரம் கழிந்தது. இரண்டுமணி நேரம் கழிந்தது. நடுநிசியானது, பொழுதும் விடிந்தது. இரவு முழுக்க சித்தார்த்தன் சிலையாக நின்று கொண்டிருந்ததை தந்தை அவ்வப்போது கவனிக்கத் தவறவில்லை. வாழ்க்கையில் ஒரு மனிதனுக்கு எவ்வாறெல்லாம் எந்த வழிகளிலெல்லாம் மன வேதனை ஏற்படுமோ, அத்தனையும் ஒன்று சேர்ந்து சித்தார்த்தனின் தந்தையின் இதயத்தை உடைத்தே விட்டது.

அதிகாலையில் அறைக்குச் சென்ற தந்தைக்கு சித்தார்த்தன் முற்றிலும் மாறுபட்ட ஓர் அந்நியனாகவே தோற்றமளித்தான்

'சித்தார்த்தா, நீ ஏன் இப்படியே காத்திருக்கிறாய்'

'அதை தாங்கள் நன்றாகவே அறிவீர்கள்'

'இப்படியே நாள் முழுக்க நின்று கொண்டிருக்கப் போகிறாயா'?

'ஆம் இப்படியேதான் நிற்கப் போகிறேன்'

'சித்தார்த்தா, நீ மிகவும் களைத்து விடுவாய்'

'ஆம், நான் களைத்துத்தான் விடுவேன்'

'நீ களைப்படைந்து தூங்க ஆரம்பித்து விடுவாய்'

'இல்லை நான் தூங்க மாட்டேன்'

'சித்தார்த்தா, நீ இறந்து விடுவாய்'

'ஆம், இறந்துதான் விடுவேன்'

'நீ தந்தையின் கட்டளைக்கு கீழ்ப்படிவதை விட இறக்கத்தான் போகிறாயா?'

'சித்தார்த்தன், என்றுமே தந்தையின் கட்டளைக்குக் கட்டுப்பட்டே இருக்கிறான்'

'அப்படியானால், உன் குறிக்கோளை விட்டுவிடப் போகிறாயா?'

'சித்தார்த்தன், என்றும் தன் தந்தை சொன்னதையேதான் செய்திருக்கிறான்.'

அப்பொழுது கீழ்வானத்தில் சூரியன் தெரிய ஆரம்பித்தது. சித்தார்த்தனின் கால்கள் இலேசாக நடுங்க ஆரம்பித்ததை அவன் தந்தை கவனிக்கத் தவறவில்லை. ஆனால் அவன் முகத்தில் எந்தவித சலனமுமில்லை. அவன் கண்கள், கண்களுக்கெட்டாத ஒரு தூரத்தில் நிலை கொண்டிருந்தது.

இனிமேல் சித்தார்த்தன் நம்மோடு இருப்பதற்கு வாய்ப்பே இல்லை என தந்தை முடிவுக்கு வந்து விட்டார். ஏற்கனவே அவன் தன்னை வெகுதூரம் விலகியே சென்று விட்டான் என்பதை தந்தை வேதனையுடன் உணர ஆரம்பித்துவிட்டார். சித்தார்த்தனின் தோள்களை இறுகப் பிடித்து, 'சித்தார்த்தா, நீ காட்டிற்குச் செல், சாமணனாக மாறு. உனக்கு அங்கே ஆனந்தம் கிடைத்தால், திரும்ப வந்து எனக்கு அதைக் கற்றுக் கொடு. வெறுமைதான் மிஞ்சியது என்றால், அப்பொழுதும் திரும்பி வா. வந்து என்னுடன் நான் செய்யும் பூஜை புனஸ்காரங்களை நாம் சேர்ந்து தொடர்ந்து செய்வோம். நீ செல்வதற்கு முன் உன் தாயிடம் நீ எங்கு போகிறாய்

என்பதை அறிவித்து விட்டுச் செல். நான் ஆற்றங்கரைக்குச் சென்று அன்றாட நியமனங்களை ஈடேற்ற வேண்டும்' என்று கூறி முடித்து விட்டு தந்தை சென்றுவிட்டார்.

இரவு முழுக்க நிலையாக நின்ற களைப்பால் சித்தார்த்தனின் கால்கள் சிறிதே தள்ளாடினாலும், நேராக தன் அம்மாவிடம் சென்று தன் தந்தை கூறியதைச் சொல்லிவிட்டு விடை பெற்றான். மறத்துப் போன கால்களுடன் சித்தார்த்தன் அந்த அதிகாலைப் பொழுதில் அந்த இடத்தை விட்டு வெளியேறினான். அப்பொழுது ஒரு குடிசையிலிருந்து ஓர் உருவம் வெளியே வந்தது. அது வேறு யாருமில்லை கோவிந்தன்தான்.

'கோவிந்தா, நீயும் வந்து விட்டாயா' என்று சித்தார்த்தன் கோவிந்தனை நோக்கி புன்னகைத்தான்.

'ஆம், நானும் வந்துவிட்டேன்'

❖❖❖

2
சாமணர்களுடன்

அந்த நாள் மாலையிலேயே சாமணர்களை சந்தித்து அவர்களிடம் சித்தார்த்தனும் கோவிந்தனும் சரணடைந்தனர்.

சித்தார்த்தன் தன்னுடைய ஆடைகளை சாலையில் கண்ட ஓர் ஏழை பிராமணனுக்கு தானமளித்துவிட்டு, கோவணத்தை மட்டும் கட்டிக் கொண்டு, ஒரு காவி உடையை மாத்திரம் அணிந்து கொண்டான். தினமும் ஒரு வேளை மாத்திரமே சாப்பிட்டான். ஒருபோதும் உணவு சமைப்பதில்லை. முதலில் பதினான்கு நாட்கள் உண்ணா நோன்பு இருந்தான். அது இருபத்து எட்டு நாட்களாக மாறியது. தன் உடம்பிலிருந்த சதைகளெல்லாம் காணாமல் போய் தேகம் ஒட்டி உலர்ந்து விட்டது. அவனுடைய நகங்கள் வேக வளர்ச்சி கண்டன. தாடி வளர ஆரம்பித்தது. பெண்களைக் கண்டபோதும் கூட உறைந்த பார்வை ஒன்றையே அவனால் வீசமுடிந்தது.

உலக வாழ்க்கையை வெறுப்போடு நோக்க ஆரம்பித்தான். வியாபாரிகள் செய்யும் வித்தைகள், இளவரசர்களின் வேட்டை விளையாட்டு, இறந்தவர்கள் வீட்டில் புலம்பல், விலைமாதர்களின் சாதுர்யம், மருத்துவர்களின் மகத்துவம், பூசாரிகளின் சித்து விளையாட்டு, காதலர்களின் அன்பு, தாயின் தாலாட்டு இவையெல்லாம் வேகமாக ஓடி மறையும் மேகங்களாகத் தோன்றின. எல்லாமே பொய் முகங்கள். மாயைகள் எல்லாம் ஒரு நாள் அழியக்கூடியவை. உலக வாழ்க்கையே ஒரு கசப்பான அனுபவம். வாழ்வு ஒரு வேதனை.

> மனிதனுக்கு இயற்கை இயல்பாகவே இரண்டு ஆசைகளை வைத்து விட்டது. ஒன்று வயிற்றுப்பசி, அதை நிரப்ப ஆசை. மற்றொன்று காமப்பசி, அதைப் போக்க அலைகிறான். இரண்டையும் கடந்தவன் யோகி ஆகிறான். காந்தியின் வாழ்க்கையைப் படியுங்கள். இந்த இரண்டுடன் அவர் நடத்திய போராட்டங்களில் ஓரளவு வெற்றியும் கண்டார். இயற்கையில் இரண்டுமில்லாவிட்டால் இந்த உலகம் இருக்காது. ஆக இயற்கை தன் வேலையை சுலபமாகச் செய்துவிட்டு வேடிக்கை பார்த்துக் கொண்டிருக்கிறது. புத்தர், மகாவீரர், காந்தி போன்ற மகான்களை தன்னை வெற்றி கொண்ட புத்திரர்களாக இயற்கை ஏற்றுக் கொள்கிறது. சித்தார்த்தனின் போராட்டமும் இந்த இரண்டையும் எதிர்த்துத்தான்.

சித்தார்த்தனுக்கு ஓர் இலக்கு மட்டுமே இருந்தது. தாகத்தனின்று விடுபடுவது, ஆசைகளை அறவே அகற்றுவது, இன்பங்களை துறப்பது, துக்கத்தைப் பொருட்படுத்தாதது, மொத்தத்தில் தன்னையே இழப்பது என்பது மாத்திரமே அவனது தாரகமந்திரமாக இருந்தது. வெறுமையான மேலும் தூய்மையான ஆத்மாவை உணர வேண்டுமானால் தன்னை முழுமையாக இழக்க வேண்டும் என்பது மாத்திரமே அவனது இலட்சியமாக இருந்தது. சுயத்தை முழுமையாக வென்று அழித்து, அனைத்து வேட்கைகளையும் பூண்டோடு ஒழித்து விட்டு எல்லாம் அழிந்த பின் நிலைத்து நிற்கக் கூடிய அடி நாதமாக இருக்கூடிய சுயமில்லாத ஒன்று விழித்தெழும். அதுதான் கிடைப்பதற்கரிய பிரபஞ்ச ரகசியம்.

சித்தார்த்தன் அமைதியாக சூரியனின் தகிப்பில் நின்ற போது தாகமும் வேதனையும் முதலில் அவனை வாட்டியது. அந்த இரண்டும் முழுமையாக மறையும் வரை நின்று சாதித்தான். மழையில் அமைதியாக நனைந்தான். நனைந்த உணர்வை இழக்கும் வரை நின்று சாதித்தான். முள்ளின் மேல் நடப்பது ஒரு பெரிய காரியமாக அவனுக்குத் தோன்றவில்லை. சித்தார்த்தனின் தேகம் முழுவதும் புண்ணாகி ரத்தம் கொட்டியது. இனிமேல் இரத்தம் கசிவதற்கே இல்லை என்ற நிலை வரை தன்னை தயார்படுத்திக் கொண்டான். நேராக அமர்ந்து மூச்சை அடக்கும் பயிற்சியை

மேற்கொண்டான். மெல்ல மெல்ல நாடித்துடிப்பையே நிறுத்துவதற்குக் கற்றுக் கொண்டான். சாமணர்களின் தலைவன் போதித்த படி சுயக்கட்டுப்பாடு, தியானம் முதலியவற்றை தீர்க்கமாகக் கடைப்பிடித்தான்.

இறுதியாகக் கூடுவிட்டு கூடுபாயும் வித்தையையும் கற்றுக் கொண்டான். ஒருநாள் தன்னருகில் பறந்து வந்த ஒரு பறவையினுள் புகுந்து கொண்டு காடுகளிலும் மலை முகடுகளிலும் பறந்து திரிந்தான். மீன்களைப் பிடித்துத் தின்றான். பறவைக்கு ஏற்படும் பசியை உணர்ந்தான். ஒரு நாள் பறவையாக இறந்தும் போனான். மற்றொரு முறை அருகில் இறந்து கிடந்த ஓநாயின் உடலில் புகுந்து கொண்டான். இறந்த ஓநாயை கழுகுகள் கொத்தித் தின்றதை உணர்ந்தான். ஓநாயின் உடல் அப்படியே நாசமாகி காற்றோடு காற்றாக கலப்பதை அறிந்தான். இப்படியாக சித்தார்த்தனின் ஆன்மா பறவையாக இருந்து ஓநாயாக மாறி சீரழிந்து அல்லல்பட்டு, அழுக்காகி மாசடைந்து ஒரு வாழ்க்கைச் சக்கரத்தையே முழுமையாக சுற்றிவிட்டு திரும்பி வந்தது. அவனுடைய தேடலின் தாகம் இன்னும் தீர்ந்தபாடில்லை. எங்கே இந்த வாழ்க்கைச் சக்கரம் நிற்கிறது? இடர்பாடுகளுக்கும் இன்னல்களுக்கும் காரண காரியங்களுக்கும் முடிவுதான் என்ன? எங்கே வேதனையற்ற அழியாத்தன்மை மறைந்திருக்கிறது? என்று தனக்குத்தானே கேட்டுக் கொண்டான். உணர்வுகளைக் கொன்றுவிட்டான். அனைத்தையும் மறந்துவிட்டான். கடந்த காலத்தை அழித்துவிட்டான். தன் சுயத்தன்மையிலிருந்து விலகி ஆயிரமாயிரம் ரூபங்களை எடுத்துப் பார்த்துவிட்டான். பறவையாக மாறிப்பார்த்தான். இறந்த மிருகமாக மாறினான். கல்லாக மாறினான். மரமாக மாறினான். தண்ணீராக மாறினான். ஒவ்வொரு முறையும் உயிர்த்தெழுந்தான். ஆனால் அவனுடைய தேடலின் தாகம் தணிந்த பாடில்லை. புதிய புதிய தாகங்கள் ஏற்பட்டுக் கொண்டே இருந்தன.

இன்றைய காலகட்டத்தில் சிறந்த சாமியார் என்று மக்களிடையே பேர் எடுக்க வேண்டுமானால், பல சித்து வேலைகளைக் கற்று வைத்திருக்க வேண்டும். மக்கள் விஞ்ஞானம் அறிந்தவர்கள்தாம். இல்லாத ஒன்றை உருவாக்க முடியாது. இருக்கும் ஒன்றை அழிக்க முடியாது. இது இயற்பியல் விதி. அப்படி இருக்க எப்படி வயிற்றிலிருந்து லிங்கம் எடுக்க முடியும்.

முன்னமே விழுங்கியிருந்தாலொழிய சாத்தியமே இல்லை. ஒரு சின்ன சவால். தண்ணீர் என்பது என்ன? ஆக்ஸிஜனும் ஹைட்ரஜனும் கலந்த கலவை. சரி ஒரு குடுவையில் ஆக்ஸிஜனையும், மற்றொன்றில் ஹைட்ரஜனையும் கொடுத்தால் அதை தண்ணீராக மாற்ற முடியுமா? எனவே மனிதனால் செய்யமுடியாத இயற்கையால் மட்டுமே செய்ய முடியும் அநேக காரியங்கள் உள்ளன. நம்முடைய செயல்களுக்கு இயற்கையின் உதவி தேவை. இயற்கையின் செயல்களுக்கு நம்முடைய உதவி தேவையில்லை. அச்சாணியில் சக்கரம் சுழல்கிறது. சக்கரத்தினால் உபயோகம், அச்சாணி ஆதாரம். ஆனால் இவை இரண்டையும் விட அச்சாணி செல்வதற்கான துவாரம் ஆதார அடிப்படை. அதை நாம் உருவாக்க முடியாது.

புத்தர் கூட ஒரு கால கட்டத்தில் சித்து வேலைகள் செய்த காலை அவரைச் சுற்றி கூட்டம் அதிகம் இருந்தது. இவையெல்லாம் வீண் என்று முடிவு கட்டியபின் கூட்டம் கலைந்துவிட்டது. மக்களுக்கு எப்பொழுதும் பௌதிகப் பொருட்கள் மீதுதான் நாட்டம். ஐம்புலன்களை அடக்குவது என்பது எவ்வளவு சிரமம். சித்தார்த்தனும் ஞானத்தின் முதல் படியில்தானே நிற்கிறான். எனவே சித்துவேலைகளில் சிறந்து விளங்குகிறான். இவன் அங்கேயே நிற்கக் கூடியவன் அல்லன்.

சித்தார்த்தன் சாமணர்களிடமிருந்து அதிகமாகவே கற்றுக் கொண்டான். எந்தெந்த வழியிலெல்லாம் தன்னுடைய 'நானை' இழக்க முடியுமோ அத்தனையையும் கற்றுக் கொண்டான். வேதனைகளைப் பொருட்படுத்தாது அவற்றைக் கடந்த முற்றிலுமான ஒரு துறவறத்தைக் கற்றுக்கொண்டான். அனைத்தையும் மறந்து மௌன நிலையில் தியானத்தின் மூலம் வேதனை, பசி, களைப்பு இவைகளை வென்றெடுத்தான். ஆயிரம் முறையாவது தன்னை முழுமையாக இழந்து பல நாட்கள் வெறுமையாக இருந்திருக்கிறான். இப்படி ஒவ்வொரு முறையும் கல்லாக, மண்ணாக, மாசுவாக, பிராணியாக தன்னை இழந்த போதிலும், மீண்டும் திரும்பி வருவது என்பது தவிர்க்க முடியாத

ஒன்றாக அவனுக்கு இருந்தது. மறுபடியும் சூரிய ஒளியையும் சந்திர கிரணத்தையும், மழையையும் நிழலையும் உணரும் நிலையே ஏற்பட்டது. மறுபடியும் இந்த வாழ்க்கைச் சக்கரத்தின் சுமையை உணர வேண்டி வந்தது.

தனது பக்கத்திலே தனது நிழலாக இருந்த கோவிந்தனும் அதே வழியில் சென்றான். இவர்களுடைய தீராத முயற்சிகளால், ஒருவருக்கொருவர் அதிகமாக பேசுவது கூட இல்லை. எப்போதாவது சிறு சம்பாஷணை. சில சமயங்களில் இருவரும் தங்களுடைய சாமண குருமார்களுக்காக பிச்சை எடுக்க கிராமங்களுக்குச் செல்வார்கள்.

ஒரு நாள் பிச்சையெடுக்கச் சென்றபோது ''கோவிந்தா நீ என்ன நினைக்கிறாய்? இன்னும் கற்றுக் கொள்ள வேண்டியது இருக்கிறதா? நாம் நம் இலக்கை அடைந்து விட்டோமா?'' என்று சித்தார்த்தன் வினாக்களை எழுப்பினான்.

''ஆம் நாம் நிறைய கற்றிருக்கிறோம். கற்றுக் கொண்டும் இருக்கிறோம். நீ ஒரு சிறந்த சாமணனாக வருவாய். விரைவிலேயே அனைத்தையும் கற்றுக் கொண்டாயே. குருமார்களின் போற்றுதலுக்கு உரியவனாகிவிட்டாய். ஒரு நாள் நீ ஒரு புனித மகானாய் திகழ்வாய்'' என்று கோவிந்தன் தன் நண்பனைப் புகழ்ந்து பெருமைப் பட்டான்.

'நண்பா, எனக்கென்னவோ ஒன்றும் அதிகமாக கற்றுக் கொண்டதாகத் தெரியவில்லை. இதுவரை நான் கற்றறிந்ததை ஒரு வேசியிடமோ, சீட்டாட்டக் கும்பலிலிருந்தோ இன்னும் சொல்லப்போனால் சாதாரண எடுபிடி வேலைக்காரர்களிலிட-மிருந்தே கூட அறிந்திருக்கலாம்' என்று சித்தார்த்தன் விசனப்பட்டான்.

'அது எப்படி முடியும்? அவர்களால் தியானத்தைக் கற்றுக் கொடுக்க முடியுமா? மூச்சை அடக்கும் பயிற்சியைக் கற்றுக் கொடுக்கமுடியுமா? பசி பட்டினியிலிருந்து விடுபடுவதை அறிந்திருக்கமுடியுமா? வேசிகளும் தாசிகளும் வெறும் குப்பைகள்' நீ கேலி பேசுகிறாய்' என்று கோவிந்தன் மறுதலித்தான்.

என்னைப் பொருத்தமட்டில் தியானத்தில் நான்
இருக்கிறேன் என்று ஒருவர் கூறினால் அது போலி.

தியானத்திற்கென்று தனி நேரம் ஒதுக்கிச் செய்பவர்கள் ஒரு காலத்திலும் மனதை ஒரு நிலைப்படுத்த முடியாது. எனவேதான் புத்தர், ஒரு தியான வழியைக் கையாண்டார். அதற்கு புத்த தியானம் என்று பெயர். நீ செய்யும் ஒவ்வொரு செயலையும் ஊன்றி உன்னிப்பாக கவனித்துச் செய். உதாரணமாக, 'புத்தர் வலது கையை ஊன்றி எழுந்தார். எழுந்தபின் இடப்பக்கம் திரும்பினார். கண்களை மூடினார். கையை உயர்த்தினார்' என்று இப்படி ஒவ்வோர் அசைவையும் வாழ்க்கையில் நீங்கள் கவனமாகச் செய்யுங்கள், அதுவே தியானம். பலமுறை நாம், 'அய்யோ சாவியை எங்கோ மறந்து வைத்துவிட்டேனே என்று புலம்புவது உண்டு' காரணம் தியானத்தோடு அதைச் செய்யவில்லை. தியானமாக செய்த எந்த வேலையும் இறைவனை நோக்கி உங்களை அழைத்துச் செல்லும். அது நடப்பதாக இருக்கட்டும், சாப்பிடுவதாக இருக்கட்டும், பேசுவதாக இருக்கட்டும். அனைத்தையும் தியானமாகச் செய்யுங்கள்.

சித்தார்த்தன் தனக்குத் தானே பேசிக் கொள்வதைப் போல் பொதுவாகச் சொன்னான். 'தியானம் என்றால் என்ன? உடம்பை உதறிவிடுவது எங்ஙனம்? விரதம் இருப்பது என்றால் என்ன? மூச்சை அடக்குவது என்றால் என்ன? இதெல்லாம் 'சுயம்' என்ற ஆத்மாவிலிருந்து விலகிச் செல்வது. அதுவும் தற்காலமாக. இன்றைய தியான வகுப்புகள் மீண்டும் திரும்பவே வேண்டும். இந்த நிலை ஒரு குடிகாரனுக்கும் கிடைக்கும். போதை மருந்து உட்கொள்பவனுக்கும் கிட்டும். இதை ஒரு மாடு மேய்ப்பவன் கூட உணரலாம்.

இந்த நிலையை அடைவதற்கு நாம் எவ்வளவு நாட்களை வீணடித்திருக்கிறோம். எவ்வளவு பிரயாசைப் பட்டிருக்கிறோம். எவ்வளவு பயிற்சி மேற்கொண்டிருக்கிறோம் அனைத்தும் வீணே. சுயத்தை முழுமையாக உணர்வதற்கு, அதை அடைவதற்குப் பதில், அதனின்று விலகி ஓடத்தான் கற்றிருக்கிறோம்.

'நண்பனே, நீ ஏன் இப்படிப் பேசுகிறாய்? சித்தார்த்தன் மாடு மேய்ப்பவன் அல்லன். எந்த ஒரு சாமணனும் குடிகாரனும் அல்ல. குடிப்பவன் சிறிது நேரம் தன்னை மறந்து விட்டு, மறுபடியும்

தன்னுடைய பழைய நிலைக்குத் திரும்பி விடுவான். முன்பு இருந்ததையே மறுபடியும் காண்பான். அவன் அறிவை வளர்த்துக் கொள்ளவில்லை, ஞானியாக மாற முடியாது. எந்த ஒரு உயரத்தையும் அவனால் தொடக்கூட முடியாது' என்று கோவிந்தன் சித்தார்த்தனைத் தேற்றினான்.

சித்தார்த்தன் சிரித்தமுகத்துடன் பேச்சைத் தொடர்ந்தான். 'எனக்குத் தெரியவில்லை. ஏனென்றால் நான் குடித்தது இல்லை. ஒன்று மட்டும் கூறமுடியும். இதுவரை தியானப் பயிற்சிகளால் ஏதோ ஞானத்தின் விளிம்பு தென்படுவது போல் தெரிகிறது. அதுவும் மிகமிக எட்டாத தொலைவில், கருவில் இருக்கும் குழந்தைக்கு என்ன தெரியுமோ, அவ்வளவே எனக்கும் தெரியும் போல் தோன்றுகிறது'.

இன்னொருமுறை இருவரும் காட்டை விட்டு தங்களுடைய சகோதர மற்றும் குரு சாமணர்களுக்காக பிச்சை எடுக்கச் சென்றபோது, சித்தார்த்தன் பேச்சைத் தொடங்கினான். 'கோவிந்தா நாம் சரியான பாதையில்தான் போய்க் கொண்டிருக்கிறோமா ? அறிவை வளர்த்துக் கொள்கிறோமா ? நிர்வாணத்தை அடைவோமா ? இல்லை வெறுமனே செய்வதையே செய்து கொண்டு வட்டமடித்துக் கொண்டிருக்கிறோமா ? நாம் இந்த வட்டத்திலிருந்து வெளியேற வேண்டியவர்கள் ஆயிற்றே.

'நாம் அதிகமாகவே கற்று நம் அறிவை ஆழப்படுத்தி இருக்கிறோம். ஆனால் இன்னும் கற்றுக் கொள்ள வேண்டியது அதிகம் உள்ளது. நாம் வீணாக வட்டமடித்துக் கொண்டிருக்கவில்லை நமது பயிற்சி ஒரு சுழற் படிக்கட்டு. நிச்சயமாக நாம் பல படிகளைக் கடந்து விட்டோம்' என்று கோவிந்தன் சமாதானப்படுத்தினான்.

'நம்முடைய மூத்த சாமண குருவின் வயது என்ன இருக்கும் என நினைக்கிறாய் ?' என சித்தார்த்தன் கேட்டான்.

'மூத்தவருக்கு அறுபது இருக்கும் என நினைக்கிறேன்.'

'இவருக்கு அறுபது வயதாகியும் முக்தி கிட்டவில்லை. எழுபதிலும் கிடைக்கப் போவதில்லை. எண்பதிலும் கிடைக்கப் போவதில்லை. நமக்கும் வயதாகிவிடும். இப்படியே பயிற்சிகளையும் விரதங்களையும், தியானங்களையும் கடைப்பிடித்துக் கொண்டே காலத்தைக் கழிக்க வேண்டியதுதான். என்னைப் பொருத்தமட்டில்,

எந்த ஒரு சாமணனுக்கும் முக்தி கிட்டப் போவதில்லை. சில தந்திரங்களை மாத்திரமே நாம் கற்றுக் கொள்ள முடியும். அதை வைத்து நம்மை நாமே ஏமாற்றிக் கொள்ள வேண்டியதுதான். நான் எதை அடைய விரும்பி வந்தேனோ, அது கிட்டப் போவதே இல்லை' என சித்தார்த்தன் உறுதிபடக் கூறினான்.

'நீ கூறுவது அச்சமூட்டும் வார்த்தைகள். இத்தனை கற்றறிந்தவர்களில், இத்தனை பிராமணர்களில், ஆச்சார வாழ்க்கை நடத்தும் எத்தனையோ பேர்களில், மிகச் சிறந்த போற்றதலுக்குரிய இத்தனை சாமணர்களில் ஒருவருக்குக் கூடவா சரியான வழியைக் கண்டுபிடிக்க முடியாமல் போகும்' இது கோவிந்தனின் வாதம்.

சித்தார்த்தன் வருத்தம் தோய்ந்த அதே சமயத்தில் ஏளனமாக, மெல்லிய குரலில் கீழ்க்கண்டவாறு கூறலானான். ''கோவிந்தா, சீக்கிரமே நான் இந்த சாமணக் கூட்டத்தை விட்டு விலகிப் போகப் போகிறேன். இவர்கள் வழியில் நாம் இருவரும் அதிக தூரம் நடந்தாகிவிட்டது. நான் தாகத்தால் தத்தளிக்கிறேன். தாகம் அதிகமாகிக்கொண்டு போகிறதே தவிர, குறைகிற வாய்ப்பு தெரியவில்லை. நான் அறிவுப் பசிக்காக ஏங்குகிறேன். என் மனதில் அநேகம் கேள்விகள் எழுந்த வண்ணம் உள்ளன. காலம் காலமாக அந்தணர்களைக் கேட்டுப் பார்த்துவிட்டேன். வேதங்களைக் கேட்டுவிட்டேன். இவர்களிடமெல்லாம் கேட்டதை விட ஒரு மனிதக் குரங்கிடமோ, காண்டாமிருகத்திடமோ கேட்டிருக்கலாம். என்னைப் பொருத்தமட்டில் ஒன்றையும் ஒருவராலும் கற்றுக்கொள்ள முடியாது. நாம் கற்பது எல்லாம் கற்றலே அல்ல. அறிவு என்பது எங்கும் பரவிக்கிடக்கிறது. ஆத்மா என்பதை அனைவரும் அறிவோம். அது என்னிடம் இருக்கிறது. உன்னிடம் இருக்கிறது. ஒவ்வொரு ஜந்துவிலும் இருக்கிறது. ஆனால் இந்த அறிவைக்கூட கற்றவன் மிகவும் குழப்பவே செய்வான். எனவே கற்றல் வீண்.

அனைத்தையும் அறிந்தவன் யார் என்றால், நான் எதையுமே அறியவில்லை என்று எவன் கூறுகிறானோ, அவனேதான். அவனே ஞானவான். தன்னை அழிக்காமல் பிரம்மத்தை அறிய முடியாது. பிரம்மத்தை அறிந்தவுடன் தன்னை இழக்க வேண்டும். தன்னை இழந்தபின் எப்படித் தன்னை ஞானி என்ற கூறிக் கொள்ள முடியும்.

இதையெல்லாம் மௌனமாகக் கேட்ட கோவிந்தன், 'நண்பா, நீ என்னை மிகவும் குழப்புகிறாய். உண்மையிலேயே உன் வார்த்தைகள் எனது மனதை சஞ்சலப் படுத்துகின்றன. கற்றல் இல்லாமல் எப்படி நாம் மற்றவரை மதித்துப் போற்ற முடியும். சாமணர்களின் புனிதத்தன்மையை எப்படி அறிந்து கொள்ள முடியும். நீ கூறுவதைப் போல் கற்றல் என்று ஒன்று இல்லையென்றால், இந்த உலகத்தின் புனிதத் தன்மை என்னவாகும். உயர்வானது' போற்றுதலுக்குரியது என்று எதுவுமே இல்லாமலே போகும்' என்று கூறி முடித்தான்.

கோவிந்தன் தனக்குள்ளேயே ஓர் உபநிடதத்திலிருந்து சில வார்த்தைகளை முணு முணுத்தான்.

'எப்பொழுது ஒருவனுடைய ஆத்மாவில் அவனது புனிதமான மனம் இரண்டறக் கலக்கிறதோ, அப்பொழுது அவன் வார்த்தைகளால் விவரிக்க முடியாத ஆனந்தத்தை அடைகிறான்.'

சித்தார்த்தன் மௌனமானான். இந்த வார்த்தைகளைத் திரும்பத் திரும்பக் கூறலானான். இந்த வார்த்தைகள் சித்தார்த்தனுக்கு ஏதோ ஒரு புரியாத தெளிவைக் கொடுத்தன. கடந்த மூன்று ஆண்டுகளாக சாமண வாழ்க்கை வாழ்ந்த இவர்கள் உறுதி செய்யப்படாத ஒரு செய்தியை அதிகமாக கேள்விப்பட்டார்கள். புத்தர் என்ற ஒருவர் ஞானம்

பெற்றுவிட்டதாகவும், இந்த உலகத் துன்பங்களை எல்லாம் வென்றெடுத்து விட்டதாகவும், இனி மேல் தனக்கு மறுபிறவி என்பது கிடையாது என்ற நிலையை அடைந்துவிட்டதாகவும் செய்திகள் கசிய ஆரம்பித்தன. காவி உடை அணிந்து கொண்டு ஊர் ஊராக பிரச்சாரம் செய்துகொண்டு திரிகிறாராம். அவருக்கென்று எந்தவித உடைமைகளும் கிடையாது. மனைவி மக்கள் கிடையாது. ஆனால் பார்ப்பதற்கு மிக கம்பீரமாக யாரையும் வசீகரம் செய்யக் கூடிய தேகம் கொண்டவராக உள்ளார். இளவரசர்களும் அந்தணர்களும் அநேகம் கற்றறிந்தவர்களும் அவரை வணங்குகிறார்களாம். எங்கேயும் புத்தரைப் பற்றியே பேச்சு. நகரத்தில் அந்தணர்கள் பேசுகிறார்கள். காட்டிலே சாமணர்கள் பேசுகிறார்கள். அவர் இளைஞர்களை அதிகமாகவே ஈர்த்தார். அவரது சிந்தனைகள் போதனைகள் போற்றப்பட்டன. தூற்றவும் பட்டன. கடவுள்களின் எதிரி, மதக் கோட்பாடுகளை மாற்ற வந்திருக்கும் துரோகி என்றெல்லாம் பேசியவர்களும் உண்டு.

ஞானமடைந்தபின் புத்தர், தன் தந்தையாகிய அரசனுக்கு மிகுந்த விசுவாசம் உள்ள மக்கள் வசிக்கும் ஒரு கிராமத்தின் வழியே போக நேரிட்டது. புத்தரின் வருகையை அறிந்த மக்கள் புத்தரை வசைபாட ஒன்று கூடினர். 'அரசனின் மகனான நீ இப்படி ஆண்டி போல் பிச்சை எடுத்துக் கொண்டு அலையலாமா? மன்னனின் மனம் நோகாதா' என்று ஆயிரமாயிரம் வசைகளை அனைவரும் அள்ளிவீசினர். பொறுமையாக புன்னகையுடன் அனைத்தையும் கேட்ட புத்தர், "நான் நேற்று ஒரு ஊர் வழியே வந்தேன். அங்கே ஊர் மக்கள் என்னை வரவேற்று இனிப்புகளை வழங்க முன்

வந்தனர். அவைகளெல்லாம் எனக்கு வேண்டாம் நீங்களே திருப்பி எடுத்துச் செல்லுங்கள் என்று கூறிவிட்டேன். அவர்கள் எடுத்துச் சென்று என்ன செய்திருப்பார்கள்". "அவர்களுக்குள் பகிர்ந்து உண்டு மகிழ்ந்திருப்பர்".

"அதைப்போல் இந்த வசைமொழிகளையும் நீங்களே எடுத்துக்கொண்டு போய் பங்கு போட்டுக் கொள்ளுங்கள்" என்று புத்தர் நிதானத்தோடு கூறினார். ஊர் மக்கள் வெட்கித் தலை குனிந்தனர். புத்தர் ஞானவானாயிற்றே. திட்டுபவன் தன்னையே திட்டிக் கொள்கிறான் என்பதை ஆத்ம ஞானி அறிவான்.

ஒரு நாட்டில் காலரா, பிளேக் போன்ற தொற்று நோய்கள் பரவும்போது ஏற்படுத்தப்படும் புரளிகளைப் போல, ஒரு சிலர் அவரை அறிவிற் சிறந்தவர் என்று போற்றினர். எல்லா நோய்களையும் தீர்க்க வல்லவர் என்றனர். அவரது மூச்சுக் காற்று பட்டாலே முடம் நீங்கும் என்ற பேச்சு அடிபட்டது. இவையெல்லாம் சுத்தப் பொய் என்றனர் சிலர். இருந்தபோதிலும், பலர் அவரை நேரே பார்ப்பதற்குத் தேடிச்செல்ல ஆரம்பித்தனர். அப்படி இருக்க, புத்தர், சாக்கிய குலத்தில் பிறந்த அரசப் பரம்பரையைச் சார்ந்த அந்த மாமுனி நாட்டு வழியாக பயணம் மேற்கொண்டுள்ளார் என்ற சேதி வந்தது.

யாரும் இதுவரை பெறாத அறிவைப் பெற்றிருக்கிறார். முக்தி நிலையை அடைந்துள்ளார். முற்பிறவிகளைப் பற்றி விளக்குகிறார். மறுபிறவி என்பதே அவருக்குக் கிடையாது. உலக வேதனைகள் அவரை அண்டுவதில்லை. அவர் பேய் பிசாசுகளை துரத்தி அடிக்கிறார். கடவுள்களுடன் பேசுகிறார். ஆனால் அவரை வேண்டாதவர்களோ, அவர் ஒரு போலி என்றனர். இவருக்கு பூஜை புனஸ்காரங்கள் தெரியாது. சொகுசான வாழ்க்கை வாழ்ந்தவன். அவன் ஒரு படிக்காத முட்டாள் என்றனர். பலியிடுவதைப் பழிக்கிறான். புலனடக்கத்தைப் பேசுகிறான்.

இருந்தபோதிலும் புத்தரைப் பற்றிய புரளிகள் சுவாரஸ்யமாகவே இருந்தன. வாழ்க்கைப் போராட்டத்தில் எங்கு பார்த்தாலும் சங்கடங்கள் சர்ச்சைகள், சுகவீனங்கள், சாவுகள். இவைகளுக்கிடையே புத்தரைப் பற்றிய செய்திகள் சுகமளிப்பவையாகவே தோன்றின.

குறிப்பாக இளைஞர்களிடம் ஒரு பெரும் புரட்சியே ஏற்பட்டிருந்தது. புத்தரைப் பற்றி யாரேனும் ஒரு சிறு சேதி கொணர்ந்தாலும் அவன் வரவேற்கப்பட்டான். வாழ்த்தப்பட்டான். வாயார புகழப்பட்டான். வணக்கத்திற்குரியவானான்.

இந்தச் செய்திகள் காட்டில் வசித்த சாமணர்களையும் எட்டியது. சித்தார்த்தனுக்குச் சேதி தேனாய் இனித்தது. கோவிந்தன் குதுகூலமடைந்தான். ஆனால் இதைப் பற்றி அவர்களால் அதிகம் பேசவோ விவாதம் செய்யவோ முடியவில்லை. ஏனென்றால், மூத்த சாமண குரு இந்தச் செய்தியை ரசிக்கவில்லை. இந்த புத்தன் காட்டிலே துறவற வாழ்க்கை வாழ்ந்தவன். முன்பு நாட்டிலே ராஜ வாழ்க்கை வாழ்ந்தவன். உலக இன்பங்களையெல்லாம் ஆண்டு அனுபவித்தவன். எனவே குரு சாமணனால் புத்தரை ஏற்றுக்கொள்ள முடியவில்லை.

'சித்தார்த்தா, இன்று நான் கிராமத்தினுள் சென்றிருந்தபோது, ஒரு பிராமணச் சிறுவன் என்னைத் தன் வீட்டினுள் அழைத்தான். அவன் மகதத்திலிருந்து வந்திருந்தான். புத்தரை அவன் பார்த்திருக்கிறான். அவருடைய போதனைகளைக் கேட்டிருக்கிறான். அதைக் கேட்ட எனக்கு உள்ளம் பூரித்தது. அகம் மகிழ்ந்தது. நீயும், நானும் புத்தரை நம் வாழ்நாளிலே பார்க்கும் பாக்கியம் கிட்ட பிரார்த்திக்கிறேன். அந்த பூரண மனிதனின் சொற்பொழிவுகளைக் கேட்க ஆசைப்படுகிறேன். நண்பா, நாம் அங்கு சென்று அவருடைய போதனைகளை அவருடைய திருவாய் மலரக் கேட்கலாமா ?' என்று கோவிந்தன் உற்சாகத் துடிப்புடன் கூறிமுடித்தான்.

'நான் நினைத்தேன், கோவிந்தா, நீ இந்த சாமணர்களுடனே இருந்து வயதாகி மூப்படைந்து, இவர்கள் சொல்லிக் கொடுப்பதையே தினமும் கேட்டு பயிற்சி செய்து வீணாகி விடுவாய் என்று. கோவிந்தா, நான் உன்னைப் பற்றித் தவறாக அல்லவா இதுவரை புரிந்துகொண்டிருக்கிறேன். அதை நினைத்து மிகவும் வெட்கப்படுகிறேன். நீ ஒரு புதிய பாதையை வகுக்க ஆரம்பித்துவிட்டாய். புத்தரின் போதனைகளில் உனக்கு நாட்டம் வந்துவிட்டது !' என்று சித்தார்த்தன் கோவிந்தனை மனதாரப் பாராட்டினான்.

'நீ என்னைக் கேலி செய்வதை மனதார விரும்புகிறேன். நீ செய்யாமல் வேறு யார் என்னைக் கேலி செய்வார்கள். உண்மையாகச் சொல், உனக்கு புத்தரைக் காண வேண்டும், அவரது போதனைகளைக் கேட்க வேண்டும் என்ற ஆசையில்லையா ? நான் இனிமேலும் இந்த சாமண வாழ்க்கையை விரும்பவில்லை. அவர்கள் வழியைப் பின்பற்ற விரும்பவில்லை' என்று கோவிந்தன் கூறி முடித்தான்.

சித்தார்த்தன் வாய்விட்டு சிரித்தான். அவனுடைய சிரிப்பில் ஒருவகையான துக்கமும் இருந்தது. ஒரு வகையான ஏளனமும் இருந்தது. 'கோவிந்தா உன்னிடம் அபார ஞாபக சக்தி உள்ளது. நான் வேறு எதெல்லாம் கூறினேன் ? நானே கூறவா ? எனக்கு கற்றலிலும் கேட்டலிலும் நம்பிக்கை இல்லை. நமது குருமார்களிடமிருந்து வரும் வார்த்தைகளில் நம்பிக்கை இல்லை. நாம் இதுவரை போதனைகளின் சிறந்த சாரத்தை ருசித்துப் பார்த்தாகிவிட்டது எனினும் நான் இப்போது புதிய போதனைகளை சித்தாந்தங்களைக் கேட்க விரும்புகிறேன்' என்று சித்தார்த்தன் கூறி முடித்தான்.

'நீ சொல்வதைக் கேட்பதற்கு உற்சாகமாக இருக்கிறது. ஆனால் எனக்கு ஒரு சந்தேகம். புத்தரின் போதனைகளைக் கேட்பதற்கு முன்பே அவை, கிடைத்ததற்கரிய ஒரு பொக்கிஷம் என்று எப்படி நீ முடிவு கட்டமுடியும்.'

'முதலில் அவரைப் பற்றிக் கேட்டவுடனேயே அவரைப் பார்க்க வேண்டும். அவருடைய போதனைகளைக் கேட்கவேண்டும் என்ற அவா எழுந்ததே, அதுவே நமக்குக் கிடைத்துள்ள அரிய கனி. அதற்கு நாம் முதலில் கடமைப்பட்டுள்ளோம். அவரைப் பற்றிக் கேள்விப்பட்ட உடனே, இந்த சாமணர்களை விட்டு ஓடவேண்டும் என்ற எண்ணம் வந்ததே. அவரை உண்மையில் நேரில் பார்த்து அவரது போதனைகளைக் கேட்டால் நிச்சயம் நமக்குக் கிடைத்ததற்கரிய பொக்கிஷம் கிடைக்கும். நாம் அமைதியாகக் காத்திருப்போம். அவரைக் காண்போம்!' என்று சித்தார்த்தன் கூறி முடித்தான்.

அன்றைக்கே, தான் சாமணர்களை விட்டு வெளியேறப் போவதாக அவர்களின் மூத்த குருவிடம் தெரிவித்தே விட்டான்.

அதை ஓர் இளைய சாமணனுக்கே உரித்தான தொனியில் மிகப் பணிவாகக் கூறினான். ஆனால் குருவோ மிகக் கடுமையாகக் கோபம் கொண்டார். குரலை உயர்த்தி தடித்த வார்த்தைகளை உபயோகப்படுத்தி சித்தார்த்தனையும் கோவிந்தனையும் வசைபாட ஆரம்பித்துவிட்டார்.

குருவின் வார்த்தைகள் கோவிந்தனை நிலை குலையச் செய்தன. ஆனால் சித்தார்த்தன் கோவிந்தன் காதில் மெதுவாக 'இப்பொழுது பார். நான் இந்த குருவிடம் சிறிது கற்றதை இவர் மீதே பிரயோகிக்கிறேன்' என்று கூறினான்.

சித்தார்த்தன் சாமணகுருவை கண் கொட்டாமல் அவர் கண்களையே ஒரு மனதுடன் எண்ணச்சிதறல் இல்லாமல் பார்த்து அவரை வசியம் செய்ய ஆரம்பித்தான். குருவை மௌனமாக்கி விட்டான். குருவின் மனதை அடக்கி விட்டான். தான் கூறுவதையெல்லாம் செய்யுமளவிற்கு அந்த குருவை தன் வசம் கொண்டுவந்து விட்டான். வயதான சாமணகுரு நடைப்பிணமானார். சித்தார்த்தனின் கட்டளைகளுக்கு அடிபணியலானார். தலைமைக் குரு பல முறை குனிந்து குனிந்து சித்தார்த்தனை வணங்கலானார். ஆசீர்வதித்தார். தன்னுடைய பயணம் இனிமையாக அமைய வாழ்த்தினார். சித்தார்த்தன் பதிலுக்கு வணங்கிவிட்டு காட்டைவிட்டு வெளியேறத் தயாரானான். வழியில் கோவிந்தன் சித்தார்த்தனின் இந்த செயலுக்கு வெகுவாகப் புகழாரம் சூட்டினான். நீ இவ்வளவு கற்றிருப்பாய் என நான் நினைக்கவில்லை. தலைமைக் குருவையே வசீகரித்துவிட்டாயே. இன்னும் சில காலம் நீ இங்கேயே தங்கினால், நீரின்மீது நடப்பதைக் கூட சுலபமாகக் கற்றுக்கொள்வாய்.

எனக்கு நீரில் மீது நடக்கவேண்டுமென்ற ஆசை ஒரு சிறு துளிகூடக் கிடையாது. அதில் சாமணர்களே தேர்ந்தவர்களாக இருக்கட்டும்.

சாமண குருவிற்கு நேர்ந்தது புத்தரின் தந்தைக்கும் நேர்ந்தது. புத்தர் ஞானமடைந்த பின் அரண்மனைக்கு ஒரு முறை திரும்பி சென்றபோது, படுக்கையில் அமர்ந்திருந்த அவரது தந்தை கோபமான வசைகளை வார்த்தைகளை வீசலானார். அரசனின்

மகன் பிச்சையெடுப்பதா? வசை வார்த்தைகளை அமைதியாக உள்வாங்கிக் கொண்டு புத்தர் ஆடாமல் அசையாமல் தன் தந்தையையே கனிவாகப் பார்த்தபடி நின்றார். சிறிது நேரத்தில் புத்தரின் தந்தைக்கு என்ன நேர்ந்ததென்று தெரியவில்லை. கட்டிலில் அமர்ந்திருந்தவர் இறங்கி வந்து புத்தரின் காலில் விழுந்து, "என்னையும் ஒரு பிட்சுவாக ஏற்றுக் கொள்" என்றார். புத்தனின் பார்வையில் அப்படியொரு காந்தம் இருந்தது.

இதை முடித்துவிட்டு மனைவியைக் காணச்சென்றான். "பதிமூன்று ஆண்டுகள் மனைவி மக்களைப் பிரிந்து காட்டில் திரிந்து தவம் செய்து அப்படி என்ன கண்டீர்" என்று கேட்டாள் மனைவி. "ஒன்றுமேயில்லை" என்றார் புத்தர். "இதை என்னிடம் கேட்டிருந்தால் அன்றே இதை சொல்லி இருப்பேனே" என்றாளாம். ஆனால் அவர் கண்ட ஒன்றுமில்லைக்கும் அவர் மனைவி அறிந்து வைத்திருந்த ஒன்றுமில்லைக்கும் மலையளவு வித்தியாசம் உண்டு.

◆◆◆

3

கௌதம புத்தர்

சாவதி நகரத்தில் சிறு குழந்தை கூட புத்தர் என்ற ஒளிவிளக்கை அறிந்திருந்தது. அவரது சீடர்கள் பிட்க்ஷை எடுக்க வரும் போது அனைத்து வீட்டுப்பெண்களும் இன்முகத்துடன் வரவேற்று அவர்களது பாத்திரங்களை நிரப்பவே செய்தனர். இந்த நகரத்தினருகிலே, புத்தரின் தீவிர பக்தனாக மாறிவிட்ட அனந்த பிண்டிகா என்ற செல்வந்தன் தானமாக அளித்த ஜடாவனம் என்ற அழகிய நந்தவனத்திலே, புத்தர் வாசம் செய்து கொண்டிருந்தார்.

அந்த இடத்தை இளம் துறவிகளான சித்தார்த்தனும் கோவிந்தனும் பல பேர்களிடம் விசாரித்து, பல கதைகளைக் கேட்டு கடைசியாக சாவதி நகரை அடைந்தனர். அடைந்த உடனேயே ஒரு வீட்டின் முன் நின்று அமைதியாக கேட்டவுடன் அவர்களுக்குக் கிடைத்த முதல் பிட்க்ஷை உணவு மிக ஆச்சரியத்தை அளித்தது. 'இப்படியும் ஒரு நகரமா!' என்று அகமகிழ்ந்தனர்.

பிட்க்ஷையிட்ட அந்தப் பெண்மணியிடமே புத்தர் வசிக்குமிடத்தைக் கேட்டு அறிந்து கொண்டனர்.

"தாயே! நாங்களிருவரும் காட்டிலே வாழ்ந்த சாமணர்கள். நாங்கள் இங்கே முழுமை பெற்ற மனிதராகிய புத்தரைக் காண வந்திருக்கிறோம். அவருடைய திருவாய்மொழியிலேயே அவருடைய போதனைகளைக் கேட்க விரும்புகிறோம்."

"நீங்கள் சரியான இடத்திற்குத்தான் வந்திருக்கிறீர்கள். சாமணர்களே! உலகத்தின் ஒளிவிளக்காய்த் திகழும் புத்தர்

ஜடாவனம் என்கிற ஓர் அருமையான நந்தவனத்திலே குடி கொண்டிருக்கிறார். நீங்கள் இன்றிரவினை அங்கேயே கழிக்கலாம். அங்கே தங்குவதற்கு அனைத்து வசதிகளும் உள்ளன. அவருடைய போதனைகளை நேரிடையாகக் கேட்பதற்கு ஆயிரக்கணக்கான மக்கள் தினமும் வந்து, தங்கி, கேட்டுவிட்டுப் போகின்றனர்."

கோவிந்தன் மட்டற்ற மகிழ்ச்சியடைந்தான். ஆச்சரியத்தில், "ஆகா! நாம் நம்முடைய இலக்கை அடைந்துவிட்டோம். நம்முடைய பயணத்தின் எல்லைக்கே வந்துவிட்டோம். அம்மா! உங்களுக்கு புத்தரைத் தெரியுமா? நீங்கள் அவரை நேரில் பார்த்திருக்கிறீர்களா?"

"ஆம்! அந்த மகானை நான் பலமுறை கண்டிருக்கிறேன். பல நாட்கள் தெருக்களிலே காவியுடை அணிந்துகொண்டு, கையிலே திருவோட்டையும் ஏந்திக்கொண்டு அமைதியின் மொத்த உருவமாகவே நடந்து கொண்டிருந்ததையும், ஒவ்வொரு வீட்டிலும் அவர் பிட்க்ஷை எடுப்பதையும் நான் பார்த்திருக்கிறேன்."

கோவிந்தன் அந்தப் பெண்மணியிடம் புத்தரைப் பற்றிய பல செய்திகளை அறிய வேண்டும் என்ற நோக்கில் பல கேள்விகளை கேட்க விரும்பினான். ஆனால், சித்தார்த்தனோ நேரமாகிவிட்டதை கோவிந்தனுக்கு உணர்த்தி, "வா! போகலாம்!" என்று அழைத்தான். இருவரும் அந்தப் பெண்மணிக்கு நன்றி சொல்லிவிட்டு இடம் பெயர்ந்தனர்.

ஜடாவனம் எங்கேயிருக்கிறது என்று கேட்கவே தேவையில்லை. ஏனென்றால், அநேகத் துறவிகளும், யாத்ரீகர்களும் ஜடாவனத்தை நோக்கி சாரைசாரையாகச் சென்று கொண்டிருந்தனர். அங்கு கூட்ட நெரிசல் அதிகமாக இருந்தது. பலபேர் தனக்காக ஒரு சிறு இடத்தைத் தேடிக் கொண்டிருந்த சப்தங்களும் முணுமுணுப்புகளும் அதிகமாகக் கேட்டன. ஆனால் இந்த இரு சாமணர்களுக்கோ இடம் ஒரு பிரச்சனையே அல்ல. ஏனென்றால் இவர்கள்தாம் காட்டிலே வாழ்ந்தவர்களாயிற்றே!

இரவு முழுவதும் அங்கேயே தங்கிக் கழித்தனர். காலையில் அங்கு கூடியிருந்த அந்தக் கூட்டத்தைக் கண்டு அதிசயித்தனர்.

மஞ்சள் நிறத்தில் மேலங்கிகளை அணிந்து கொண்டு வழி நெடுக அலைந்து திரிந்து கொண்டிருந்த துறவிகளைக் கண்டனர். இங்குமங்கும் மரங்களுக்கடியில் ஆழ்ந்த தியானத்தில் அமர்ந்து இருந்தவர்களைப் பார்த்தனர். பலபேர் உற்சாகமாக பேசிக் கொண்டிருந்ததையும் கண்டனர். அந்த அழகான நிழல் தரும் மரங்களைக் கொண்ட அந்த நந்தவனம் ஒரு நகரத்தைப் போல் காட்சியளித்தது. அநேகத் துறவிகள் கையிலே திருவோடை ஏந்திக் கொண்டு தங்களுக்காகவும் தங்களுடன் இருக்கும் சகோதரமார்களுக்காகவும் தங்களுடைய ஒரு வேளை உணவான மதிய உணவு சேகரிக்க சென்றவண்ணமிருந்தனர். புத்தர்கூட காலையிலேயே பிட்க்ஷை எடுக்கக் கிளம்பிவிட்டார்.

சித்தார்த்தன் அவரைக் கண்டவுடன் அவர்தான் புத்தர் என்று அடையாளம் கண்டு கொண்டான் கடவுளே அவனுக்கு புத்தரைக் காட்டியது போல் ஓர் உணர்வு. அவர் செருக்கற்று அமைதியாக நடந்தவிதம் ஒன்றுமே அறியாத ஒரு குழந்தை நடந்து செல்வதைப் போல் இருந்தது.

"அதோ பார்! அவர்தான் புத்தர்" என்று சித்தார்த்தன் கோவிந்தனிடம் மிக மெதுவாகக் கூறினான். கோவிந்தனுக்கு காவியாடை அணிந்திருந்த அனைத்துத் துறவிகளும் ஒன்றுபோல் இருந்தனர். இருந்தாலும், புத்தரை அவன் அடையாளம் கண்டு கொண்டான். 'ஆம்! அவர்தான் புத்தர்' என்று இருவரும் அவரைக் கூர்ந்து கவனித்துக் கொண்டு அவரைப் பின் தொடர்ந்தனர்.

சிந்தனையில் ஆழ்ந்தவராக புத்தர் அமைதியாக அவர் வழியில் நடந்து கொண்டிருந்தார். அவருடைய அமைதியான உணர்ச்சி வெளிப்பாட்டிலிருந்து அவர் சந்தோஷமாக இருக்கிறாரா, துக்கத்தில் இருக்கிறாரா, என்று கண்டு கொள்ள முடியவில்லை.

அழகான ஒரு குழந்தைக்கே உண்டான, ஓர் இரகசியப் புன்முறுவலுடன் மௌனமாக அவர் நடந்தார். அவரும் மற்றத் துறவிகளைப் போல் நடந்தாலும் அவருடைய நடை, அவருடைய முகம், அவருடைய பார்வை, அமைதியான, அழகான அவருடைய கைகள், அவருடைய விரல்கள் அனைத்தும் ஓர் ஆழமான அமைதியைப் பறைசாற்றியது. முழுமையை வெளிக்காட்டியது. எதையுமே தேடுவதாகத் தெரியவில்லை. எதையும் பாசாங்கு

செய்வது போல் தெரியவில்லை. ஒரு மங்காத ஒளிவிளக்கையும் அசைக்க முடியாத அமைதியையும் ஒரு நீண்ட மௌனத்தையும் பிரதிபலிப்பதாக இருந்தது.

புத்தர் நகரத்தினுள் பிட்க்ஷை எடுப்பதற்கு அலைந்து கொண்டிருந்ததை இந்த இரண்டு சாமணர்களும் கவனிக்கத் தவறவில்லை. அவருடைய அசையாத தோற்றம் அமைதியான நடை, எந்தவித சிரத்தையின்மை, எந்தவித போலித்தனமின்மை, எந்தவித ஆசையின்மை, எந்தவித முயற்சியின்மை, ஆனால் ஒளியையும் அமைதியையும் மட்டும் வெளியிடும் தன்மை இவர்கள் இருவரையும் ஸ்தம்பிக்க வைத்தது. “இன்றைக்கு நாம் புத்தரின் போதனைகளை நேரிடையாகவே கேட்கப் போகிறோம்” என்று கோவிந்தன் மகிழ்ச்சி கொண்டான்.

ஆனால், சித்தார்த்தன் எந்தப் பதிலும் கூறவில்லை. புத்தரின் போதனையில் அவனுக்கு பெரிய ஆர்வமில்லை. அவருடைய போதனை எதையும் புதிதாக கற்றுக் கொடுக்கும் என்ற நம்பிக்கை அவனுக்கில்லை. ஏற்கனவே, புத்த போதனைகளின் சாராம்சத்தை பலர் கூற இருவரும் கேட்டிருக்கிறார்கள். ஆனால் சித்தார்த்தன் புத்தருடைய தலை, அவருடைய தோள்கள், அவருடைய பாதங்கள், அவருடைய சலனமற்ற நிலை, அவருடைய நீண்ட கைகள் இவற்றினுடைய ஒவ்வொரு மூட்டிலும் அறிவு இருந்ததை, பேசுவதை, மூச்சு விடுவதை சித்தார்த்தன் கூர்ந்து கவனித்துக் கொண்டிருந்தான். உண்மையிலே இந்த மனிதர், இந்த புத்தர் உச்சந்தலை முதல் உள்ளங்கால் வரை மிகவும் புனிதத் தன்மை கொண்டவர். சித்தார்த்தன் இப்படி ஒரு மனிதரை கண்டதுமில்லை; நேசித்ததுமில்லை.

இருவரும் நகரத்திற்குள் சென்ற புத்தரைப் பின் தொடர்ந்து சென்றனர். மௌனமாக திரும்பியும் விட்டனர். அவர்களும் இன்று உணவு உட்கொள்வதில்லை என்று முடிவு செய்து கொண்டனர். திரும்பி வந்த புத்தர் அவருடைய சீடர்களுக்கு நடுவில் அமர்ந்து கொண்டு உணவருந்தியதை இருவரும் கண்டனர். அவர் எடுத்துக் கொண்ட உணவு ஒரு பறவைக்குக் கூட போதுமானதாக இருக்கவில்லை. அதன்பின் அவர் அங்கிருந்த மாமரங்களின் நிழல்களுக்குக் கீழே சென்றுவிட்டார்.

அன்றைய வெப்பம் தணிந்து மெல்லிய காற்று வீசத் தொடங்கிய மாலை வேளையில், அனைவரும் புத்தரின் போதனையைக் கேட்பதற்காக குழுமியிருந்தனர். அவருடைய குரல் அவ்வளவு முழுமையாக, நேர்த்தியாக, பிசிரற்ற தன்மையில் இருந்தது. புத்தர் துன்பங்களைப் பற்றியும் துன்பத்திற்கான ஆதிமூலம் பற்றியும் அவைகளிலிருந்து எப்படி விடுபடுவது என்பது பற்றியும் பேச ஆரம்பித்தார். வாழ்க்கை துன்பமயமானது. இந்த உலகமே நோயுற்றுக் கிடக்கிறது. ஆனால் அதிலிருந்து வெளியேறுவதற்கு வழியும் கண்டுபிடிக்கப்பட்டு விட்டது. புத்தர் வழியில் செல்பவர்களுக்கு இவைகளிலிருந்து விடுதலை கிடைத்தது. புத்தர் தன்னுடைய மென்மையான குரலில் நான்கு முக்கிய அம்சங்களையும் எட்டுவிதமான வழிமுறைகளையும் கற்பித்தார். அவருடைய போதனைகளை உதாரணங்களுடன் எடுத்துக்காட்டி திரும்பதிரும்ப கூறினார். அவருடைய பேச்சு மற்றவர்களுக்கு ஒரு விளக்காக, வானத்திலே தெரியும் ஒரு நட்சத்திரமாக விளங்கியது.

புத்தர் தன்னுடைய சொற்பொழிவை முடிக்கும் பொழுது, இரவாகிவிட்டது. சொற்பொழிவைக் கேட்க வந்த பலர், அவருடைய சங்கத்தில் தங்களையும் இணைத்துக் கொள்ளுமாறு விரும்பிக் கேட்டனர். புத்தர் அவர்களை அன்போடு வரவேற்று ஏற்றுக் கொண்டார். "என்னுடைய போதனைகளை செவிமடுத்துக் கேட்டீர்கள். இந்த சங்கத்தில் சேர்ந்து ஆனந்த நடனமாடுங்கள். உலகாதய துன்பங்களுக்கு ஒரு முற்றுப்புள்ளி வையுங்கள்."

கோவிந்தனும் சிறிது தயக்கத்துடன் மெதுவாக முன்னே சென்று, "நானும் இந்தச் சங்கத்தில் சேர விரும்புகிறேன். என்னையும் சேர்த்துக் கொள்ளுங்கள்" என்று கூறினான். அவனும் ஏற்றுக் கொள்ளப்பட்டான்.

புத்தர் ஓய்வெடுக்கச் சென்றபின்பு, கோவிந்தன் சித்தார்த்தனை நோக்கி, "சித்தார்த்தா! நான் உன்னை கடிந்து கொள்வதாக நினைக்காதே! நாமிருவரும் புத்தரின் போதனைகளைச் செவிமடுத்துக் கேட்டோம். ஆனால், நானோ அதை ஏற்றுக்கொண்டு புத்தச் சங்கத்தில் சேர்ந்துவிட்டேன். ஆனால், உனக்கு முக்தியின் பாதையில் நடக்க வேண்டுமென்ற ஆசையில்லையா? உன் தாமதத்திற்கு காரணம் என்ன?" என்று சந்தேகக் கேள்விக் கணைகளைத் தொடுத்தான்.

கோவிந்தனின் இந்த வார்த்தைகளைக் கேட்ட சித்தார்த்தன் தூக்கத்திலிருந்து விழித்தவனைப் போல, எழுந்து உட்கார்ந்தான். கோவிந்தனின் முகத்தையே வெகுநேரம் பார்த்துக் கொண்டிருந்தான். பின்பு மிக மெதுவாகப் பேச ஆரம்பித்தான். இப்பொழுது சித்தார்த்தனின் வார்த்தைகளில் ஏளனம் இல்லை. "கோவிந்தா? நீ உன் வழியைத் தேடிக்கொண்டாய். நீ எப்பொழுதுமே என் நண்பனாகவே இருந்திருக்கிறாய். ஆனால் எனக்கு ஓரடி பின்னாலேதான் இருந்தாய். கோவிந்தன் எப்பொழுதாவது என்னுடைய உதவியில்லாமல் தானே ஓரடி முன்னே எடுத்து வைக்கமாட்டானா என்று நான் நினைத்ததுண்டு. இப்பொழுது உன்னுடைய இந்தச் செய்கை மிகவும் பாராட்டுதலுக்குரியது. கடைசிவரை இந்த வழியிலேயே நீ செல்வாயாக! உனக்கு முக்தி கிட்டட்டும்" என்று கூறி முடித்தான்.

சித்தார்த்தன் கூறியதை கோவிந்தனால் முழுமையாகப் புரிந்து கொள்ள முடியவில்லை. மறுபடியும் கேள்விக் கணைகளைத் தொடுத்தான் "நண்பா! நீ ஏன் புத்த சங்கத்தில் சேர மறுக்கிறாய்? அவருடைய போதனைகளைக் கேட்ட அனைவரும் அவரிடம் சென்று அடைக்கலமடைந்து விட்டார்கள். நீ மட்டும் ஏன் சேர மறுக்கிறாய்?" இதைக் கேட்ட சித்தார்த்தன் கோவிந்தனின் தோள்களின் மேல் தனது கைகளைப்போட்டுப் பேச ஆரம்பித்தான். "நான் சொன்னதையேதான் மறுபடியும் சொல்கிறேன். நீ கடைசிவரை இந்த வழியையே பின்பற்றுவாயாக! உனக்கு முக்தி கிட்டட்டும்."

இப்பொழுதுதான் கோவிந்தனுக்கு தன் நண்பனுடைய ஆழ்மன எண்ணங்கள் புலப்படலாயின. இவன் தன்னை

விட்டு போகப் போகிறான் என்று புரிந்து கொண்டு அழ ஆரம்பித்துவிட்டான்.

சித்தார்த்தன் அன்பாகப் பேசலானான். "கோவிந்தா இது பொழுது நீ இந்தப் புனித புத்த பிட்சுக்களில் ஒருவன் என்பதை மறந்துவிடாதே! நீ வீட்டைத் துறந்துவிட்டாய், பெற்றோர்களைத் துறந்துவிட்டாய். உன் சொத்துக்களைத் துறந்துவிட்டாய். உன் சுகங்களைத் துறந்துவிட்டாய். உனக்கென்று எந்த ஒரு தனி விருப்போ வெறுப்போ கிடையாது. இப்பொழுது நீ நமது நட்பையும் துறந்துவிட்டாய். அதைத்தானே புத்தர் இவ்வளவு நேரம் போதித்தார். அதைத்தானே நீயும் விரும்பினாய். அவருடைய போதனைகளால் ஆட்கொள்ளப்பட்டாய், கோவிந்தா! நான் நாளை உன்னை விட்டுப் போகிறேன்."

இரவு நெடுநேரமாகியும் இருவரும் ஜடாவனத்திலே உலவிக் கொண்டிருந்தனர். பின்பு படுக்கைக்குச் சென்ற பிறகும் தூக்கம் வராமல் புரண்டு கொண்டுதான் இருந்தனர். கோவிந்தன் சித்தார்த்தனிடம் "ஏன்? புத்தரின் போதனைகள் உனக்குப் பிடிக்கவில்லையா? அவைகளில் என்ன குற்றம் கண்டாய்?" என்று பலமுறை திரும்பத் திரும்பக் கேட்டான். ஆனால் சித்தார்த்தன் பதிலேதும் கூறவில்லை. சிறிது நேரம் கழித்து, "கோவிந்தா! அமைதியா இரு! எல்லாம் அறிந்த புத்தருடைய போதனைகளில் யார்தான் குறை காண முடியும். அவருடைய போதனைகள் போற்றுதலுக்குரியவை."

மறுநாள் காலை புத்தரின் மூத்த சீடர்களில் ஒருவர் நந்தவனத்திற்குள் சென்று, புதிதாக புத்த சங்கத்தில் சேர்ந்தவர்களுக்கு காவியங்கிகளை கொடுக்கத் தொடங்கினார். மேலும் அவர், அவர்கள் என்ன செய்ய வேண்டும், அவர்களுடைய அன்றாட வேலைகள் என்னவென்பதை அறிவித்துக் கொண்டிருந்தார். காவியாடையை கையில் பிடித்துக் கொண்டிருந்த கோவிந்தன், மனம் சிதைந்து போய்விட்டான். தன்னுடைய நண்பனை ஆரத் தழுவினான். பின்பு காவியுடையை அணிந்து கொண்டான்.

சித்தார்த்தன் ஆழ்ந்த சிந்தனையில் நந்தவனத்தில் அலைந்து கொண்டிருந்தான். பின்பு ஒளிவிளக்காகிய புத்தரைச் சந்தித்தான்.

அவரை மரியாதையுடன் கைகூப்பி வணங்கினான். அதை ஏற்றுக் கொண்ட புத்தரிடம் சித்தார்த்தன் தைரியத்தை வரவழைத்துக் கொண்டு "உங்களுடன் பேசலாமா?" என்று கேட்டான். புத்தரும் அமைதியாக தலையசைத்து அதை ஆமோதித்தார்.

"நேற்று உங்களுடைய அருமையான போதனைகளைக் கேட்டேன். நானும் எனது நண்பனும் வெகுதூரத்திலிருந்து வந்திருக்கிறோம். இப்பொழுது எனது நண்பன் உங்களுடைய சங்கத்தில் சேர்ந்துவிட்டான். அவன் உங்களுக்கு விசுவாசமாக இருப்பான். ஆனால் நான் நாளை என் பயணத்தை தொடருகிறேன்" என்று சித்தார்த்தன் கூறினான். "அப்படியே ஆகட்டும்!" என்று புத்தர் அமைதியாக விடை கொடுத்தார். ஆனால் சித்தார்த்தனோ மறுபடியும் பேச்சைத் தொடர்ந்தான்.

"என்னுடைய பேச்சு உங்களுக்கு அதிகப்பிரசங்கித்தனமாகத் தெரியலாம். ஆனாலும், என்னுடைய சிந்தனைகளை உங்களோடு பகிர்ந்து கொள்ள விரும்புகிறேன். அதற்கு நீங்கள் சம்மதிப்பீர்களா?" அதற்கு புத்தர் அமைதியாகத் தலையசைத்தார்.

சித்தார்த்தன் தனது நீண்ட சந்தேகத்தை வெளிப்படுத்த ஆரம்பித்தான். "உங்களுடைய போதனைகள் மிகவும் போற்றுதலுக்குரியவை. அவைகள் என்னை முழுமையாகக் கவர்ந்தன. நீங்கள் சொல்வதனைத்தும் நிரூபிக்கப்பட்ட உண்மைகள். இந்த உலகம் காரணகாரியங்களால் இணைக்கப்பட்ட, அறுபடாத, நிரந்தரமான ஒரு சங்கிலித் தொடர் என்று கூறினீர்கள்.

இதேபோல் யாரும் இதுவரை அப்பழுக்கின்றி கூறியது கிடையாது. இந்த உலகம் ஒரு சீரானது. எந்தவித ஓட்டை உடைசலும் இல்லாதது. பளிங்கு போல் மிக சுத்தமானது எந்தவொரு நிகழ்வும் தற்செயலானது அல்ல. நாம் கும்பிடும் கடவுள்களைச் சார்ந்ததும் அல்ல; என்று நீங்கள் கூறும்பொழுது என்னைப் போன்ற ஒவ்வோர் அந்தணனுடைய நிராசையைப் பூர்த்தி செய்வதாக உள்ளது.

நல்லதோ கெட்டதோ; இன்பமோ துன்பமோ; நிச்சயமானதோ நிச்சயமற்றதோ இவையெல்லாம் முக்கியமானவைகள் அல்ல; ஆனால் இந்த உலகத்தின் ஒருங்கிணைப்பு ஒவ்வொரு செய்கைக்கும், மற்றொரு செய்கைக்கும் உள்ள தொடர்பு பெரியவர் சிறியவர் என்ற பாரபட்சம் இல்லாமல் எல்லோருக்கும் பொருந்தும். இந்த காரணகாரியங்களின் சட்ட திட்டம், எல்லோரும் பிறப்பது இறப்பது இவைகள் எல்லாம் உங்களுடைய போதனைகளின் சாரம். ஆனால், நீங்கள் கூறினீர்கள் இந்த ஒருங்கிணைப்பும் தர்க்க ரீதியான அனைத்தின் தொடர்புகளும் ஓரிடத்தில் உடைபடுகின்றன என்று; அது யாரும் அறியமுடியாத எப்போதும் இருந்திராத நிரூபிக்கப்பட முடியாத ஒன்று. ஒரு சிறு துளையின் வழியாக இந்த உலகத்திற்குள் நுழைகிறது. அதை அறிவதே முக்திக்கு வழி என்பது உங்களுடைய கோட்பாடு. இதிலிருந்து நான் என்ன கூற விரும்புகிறேன் என்றால் இந்த சிறு இடைவெளியினால்தான் இந்த பிரபஞ்ச நீதி அறுபடுகிறது. நான் இப்படிக் கூறுவதற்கு என்னை மன்னிக்கவும்.

புத்தர் எந்தவித அசைவும் இல்லாமல் அமைதியாக சித்தார்த்தன் கூறியதைக் கேட்டுவிட்டு அன்பான வார்த்தைகளில் பதிலளிக்கலானார். “நீ எவ்வளவு ஆர்வத்துடன் என்னுடைய போதனைகளைக் கேட்டிருக்கிறாய் என்பதில் எனக்கு ஆழ்ந்த மகிழ்ச்சி. அதில் ஒரு குறையையும் கண்டுபிடித்திருக்கிறாய். மறுபடியும் அதை சிந்தனை செய்து பார்! நீ இன்னும் தீர்க்க முடியாத அறிவுப் பசியில் இருக்கிறாய். வார்த்தை ஜாலங்களுக்கு வசப்பட்டுவிடுகிறாய். அபிப்பிராயங்கள் என்பது ஒன்றுமில்லை. சில அபிப்பிராயங்களை சிலர் ஏற்கலாம், சிலர் ஒதுக்கலாம். ஆனால் என்னுடைய குறிக்கோள், இந்த உலகத்தில் உள்ளவர்களின் அறிவுத் தாகத்தை தீர்ப்பதல்ல. இது முற்றிலும்

வேறுபட்டது. எனது போதனைகளின் தலையாய நோக்கம் இந்த மக்களை இந்த உலகத் துன்பங்களிலிருந்து முக்தி பெறச் செய்வதே!'' இதுதான் இந்த புத்தனின் போதனை. வேறு எதுவுமில்லை.

"நான் இவ்வாறு பேசியதற்கு என்மீது கோபம் கொள்ளாதீர்கள். என்னுடைய வார்த்தை ஜாலங்களால் உங்களுடன் சச்சரவு செய்ய வேண்டும் என்ற எண்ணத்தோடு நான் உங்களோடு பேசவில்லை. ஒவ்வொருவருடைய அபிப்பிராயங்களும் மாறுபட்டவை என்று நீங்கள் கூறுவது சரியே. நீங்கள் உங்கள் வழியிலேயே இந்த நிலையை அடைந்திருக்கிறீர்கள். இதைத்தான் ஆயிரக்கணக்கான அந்தணர்களும் அவர்களுடைய வாரிசுகளும் அடைய முயற்சி செய்து தோல்வியடைகிறார்கள். நீங்கள் யாருடைய உபாஷைனைகளையும் கேட்டு அதனால் முக்தி பெறவில்லை. அது முடியாத காரியம்கூட. நீங்கள் உங்களுடைய சொந்த தியானத்தினாலும், உங்களுடைய ஆன்மாவைப் பண்படுத்தியதாலும் இந்த நிலையை அடைந்துள்ளீர்கள். நீங்கள் ஞானம் பெற்ற அந்த நிலையை வார்த்தைகளால் மற்றவர்களுக்கு கூற முடியுமா? எப்படியெல்லாம் நல்வழியில் வாழ வேண்டும்; தீயவைகளை விலக்க வேண்டும் என்றெல்லாம் மிக அழகாக ஒளிவு மறைவில்லாமல் கூறுகிறீர்கள். ஆனால் நீங்கள் என்ன கூறினாலும் நீங்கள் அடைந்த அந்த நிலையை ஒருவன் உணர்ந்தால் ஒழிய, உங்களுடைய போதனைகளை உணர்வுப்பூர்வமாக ஏற்றுக்கொள்ள இயலாது. இதைத்தான் நான் உணர்ந்தேன். வெறும் போதனைகளால் என்ன பயன்? நீங்கள் அடைந்த அந்த நிலையை நான் அடைய வேண்டுமே என்ற எண்ணம் தவிர, நீங்கள் கூறிய கோட்பாடுகளை விட மிக உயர்ந்தவைகளை கூற முடியுமென்று தோன்றவில்லை. எனவே நான் நினைக்கும் அந்த இலக்கை அடைவதற்காக, என் வழியிலே செல்ல சித்தமாயிருக்கிறேன். இல்லையேல் செத்து மடிவேன். ஆனால், உங்களைக் கண்ட இந்த நாளை என்னால் ஒருபொழுதும் மறக்க முடியாது" என்று சித்தார்த்தன் புத்தரை நோக்கி ஒரு நீண்ட பிரச்சாரமே செய்துவிட்டான்.

புத்தர் இவைகளையெல்லாம் கேட்டுவிட்டு எந்தவித அசைவையும் உணர்வையும் காட்டவில்லை. அவர் கண்கள் மட்டும் கீழ்நோக்கி சித்தார்த்தனைப் பார்த்தது.

“சித்தார்த்தா! உன்னுடைய இந்த அறிதலில் தவறு இருக்கிறது என்று கூறமாட்டேன். உன்னுடைய இலக்கை உன்னால் அடைய முடியுமா? என்னுடைய சங்கத்தில் சேர்ந்திருக்கும் அநேக புனித மனிதர்களையும், சகோதரர்களையும் பார்த்திருக்கிறாய். அவர்கள் எல்லாம் நான் கூறும் போதனைகளை கடைபிடிப்பவர்களாக உள்ளனர். அவர்கள் இதையெல்லாம் விட்டுவிட்டு மறுபடியும் உலக வாழ்க்கைக்கும், ஆசாபாசங்களுக்கும் சென்றுவிடலாம் என்று நினைக்கிறாயா?” என்று புத்தர் கேட்கலானார்.

“அந்த மாதிரியான எண்ணம் எனக்கு உதிக்கவில்லை. அவர்கள் எல்லோரும் உங்கள் கோட்பாடுகளைப் பின்பற்றட்டும். அவர்களுடைய இலக்குகளை அடைய முடிந்தால் அடையட்டும். மற்றவர்களுடைய வாழ்க்கையை நிர்ணயிப்பதற்கு நான் யார்? எனக்கு எது தேவையோ அதைத்தான் நான் தேர்ந்தெடுக்க முடியும் மற்றவற்றை விட்டுவிடவே முடியும். சாமணர்களாகிய நாங்கள் ‘நான்’ இல் இருந்து விடுபடவே விரும்புகிறோம். நான் உங்கள் கூட்டத்தில் தங்கிவிட்டால், அமைதி கிடைக்கலாம். மேலெழுந்தவாரியாக முக்தியும் கிடைக்கலாம். ஆனால், உண்மையிலேயே என்னுடைய ‘நான்’ வளர்ந்து கொண்டேதான் இருக்கும். உங்களுடைய போதனைகளை கேட்டு அவற்றை மற்றவர்களுக்கு வேண்டுமானால் உபதேசிக்கலாம்” என்று சித்தார்த்தன் கூறினான்.

தனக்கே உண்டான புன்னகையுடன் எந்தவித சலனமும் இல்லாமல் புத்தர் சித்தார்த்தனை, நோக்கி ‘நீ போகலாம்!’ என்று சைகை மூலம் ஆசீர்வதித்தார்.

புத்தருடைய அந்தப் புன்முறுவலையும் அமைதியான அந்தப் பார்வையையும் அவனால் மறக்கவே முடியாதது போல் அவன் மனத்தில் ஆழப் பதிந்துவிட்டது. இப்படி எதையுமே மிக அமைதியாக சலனமில்லாமல் செய்யும் மனிதரை நான் பார்த்ததே இல்லை. அவருடைய புன்முறுவல், அமர்தல், நடத்தல் எல்லாமே மிகமிக இயற்கையோடு இசைந்ததாக இருந்தது. வார்த்தைகளால் விவரிக்க முடியாத குழந்தைத்தனம். அவர் தன்னை,

தன்னிடமுள்ள 'நான்'-ஐ முழுமையாக அறிந்து கொண்டார். அதை ஆட்கொண்டுவிட்டார். அதே நிலையை நானும் அடைய வேண்டும்.

நான் எந்த ஒரு மனிதருக்கும் தலைகுனியத் தேவையில்லை. இவருடைய போதனைகளே என்னை ஈர்க்க முடியவில்லை யென்றால், வேறு யாருடையதுதான் அதைச் செய்ய முடியும்.

புத்தர் என்னிடமிருந்த ஒன்றைக் கவர்ந்துவிட்டார். என்னுடைய நண்பனை அவர் பக்கம் இழுத்து விட்டார். அவன் இதுவரை என்னுடைய நிழலாக இருந்தவன்; புத்தருடைய நிழலாக மாறிவிட்டான். இது ஒரு பேரிழப்பே. ஆனால், எனக்கு என்னை அதற்குப் பதிலாக காட்டிக் கொடுத்திருக்கிறார்.

இது ஞான மார்க்க சித்தம். கீதையிலே கூறப்படுகின்ற நான்கு யோகங்கள் 1. ஞான யோகம், 2. பக்தி யோகம், 3. கர்ம யோகம், 4. சரணாகதி யோகம். நீங்கள் எதை வேண்டுமானாலும் எடுத்துக் கொள்ளலாம். நீங்கள் எதற்குத் தகுதியானவர்கள் என்று உங்களை எடை போட்டுப்பாருங்கள். இந்தப் புத்தகத்தில் வரும் வாசுதேவன் ஞான யோகி. கர்மத்தை பக்தியோடு செய்து ஞானியானவன். கர்மத்தை விகர்மமாகச் செய்து அதை அகர்மமாக்கி விட்டவன். வருங்கால சிந்தனை அற்றவன். எனவே அவனிடம் எதிர்பார்ப்பு எதுவும் கிடையாது. கடந்த காலத்தைப் பற்றி கவலைப்படாதவன். அவனிடம் கவலையே கிடையாது. அந்த நிலையைத்தான் சித்தார்த்தன் கடைசியில் வாசுதேவனை குருவாக ஏற்று அடைய முற்படுகிறான்.

◆◆◆

4

விழிப்புணர்வு

புத்தரும் தன் இனிய நண்பன் கோவிந்தனும் வாழ்கிற ஜடாவனத்தை விட்டு வெளியேறும் பொழுது, சித்தார்த்தன் தன்னுடைய பழைய வாழ்க்கையை அந்த நந்தவனத்தில் அங்கேயே விட்டுச் செல்வதாக உணர்ந்தான். அவனுடைய மனதில், காரியங்களுக்குக் காரணமென்ன? எண்ணங்கள் மாத்திரமே காரணம், எண்ணங்களின் உணர்வுகளே அறிவு, அதை விடுவதற்கில்லை, அதுவே உண்மையாகிறது, முதிர்ச்சியும் பெறுகிறது என்று இப்படி பலவாறாக சிந்தனைகளில் மூழ்கியவனாய் நடந்து கொண்டிருந்தான்.

அவன் இப்பொழுது ஓர் இளைஞனல்லன். வளர்ந்துவிட்ட மனிதன். ஏதோ பழையது ஒன்று தன்னைவிட்டு விலகிவிட்டதாக உணர ஆரம்பித்தான். பாம்பு தன் சட்டையை கழற்றிவிட்டதைப் போல் தன்னிடமிருந்த ஒன்றை அவன் தூர எறிந்துவிட்டதாகக் கருதினான். இளம் வயதிலிருந்தே தன்னைப் பற்றிக் கொண்டிருந்த ஒன்ற விட்டுவிட்டதாகவும் தன்னிடம் அது இப்பொழுது இல்லையென்பதை உணர ஆரம்பித்தான். இளமையில் ஆசிரியர்கள் தேவை; அவர்களுடைய போதனைகள் தேவை என்று அவன் இருந்தான், ஆனால் இப்பொழுது தன்னுடைய கடைசி ஆசிரியரையும் சந்தித்துவிட்டான். அவர்தான் அந்த உயரிய, உலகத்திலேயே அறிவான, புனிதமான புத்தர். அவரையும் விடவே நேர்ந்தது. அவருடைய போதனைகளையும் ஒத்துக்கொள்ள முடியவில்லை.

தன்வழியில் நடந்து கொண்டே பல கேள்விகளை தனக்குள்ளேயே கேட்கலானான். போதனைகளிலிருந்து அநேகத்தை அறிய விரும்பினாய்; ஆசிரியர்களும் அநேகங்களைக் கற்றுக் கொடுத்தனர். ஆனால், அவர்கள் எதைக் கற்று கொடுக்கவில்லை என்று நினைக்கிறாய்? தன்னை அறிதலை மட்டுமே அவர்களால் கற்றுகொடுக்க முடியவில்லை. அந்த 'நான்'-ஐ எப்படி விடுவது? அதை எப்படி வெற்றி கொள்வது என்பதைக் கற்றுத் தரவில்லை. உண்மையிலேயே என்னால் அதை வெற்றி கொள்ள முடியவில்லை. அதிலிருந்து விலகிச் செல்வதற்கு மட்டுமே தெரிந்திருக்கிறது. அதை ஏமாற்ற மட்டுமே முடியும். அதிலிருந்து என்னை மறைத்துக் கொள்ள முடியும்; அதைவிட்டுப் பறந்துவிட முடியும். இந்த எண்ணத்தைத் தவிர, வேறு எந்த எண்ணமும் என்னை இப்படி ஆட்கொண்டதில்லை. இந்த உலகத்தில் நான் ஒருவன் மற்றவர்களிடமிருந்து பிரிந்து வேறுபட்டிருக்கிறேன். நான் சித்தார்த்தன். இதைத் தவிர என்னைப் பற்றிய, இந்த சித்தார்த்தனைப் பற்றிய வேறெந்த மதிப்பும் கிடையாது.

இப்படியாக இந்தச் சிந்தனையாளன் நடந்து கொண்டிருக்கும் பொழுது, திடீரென அமைதியுற்று, அசையாமல் நின்றான். அவனுள் ஓர் எண்ணம் தோன்றியது. அந்த எண்ணத்திலிருந்து இன்னோர் எண்ணம் தோன்றியது. என்னைப் பற்றி ஏன் அறிந்துகொள்ள முடியவில்லை. அதற்குக் காரணம் என்னைப் பற்றிய ஒரு பயமே! என்னிலிருந்து விலகி நான் ஓடிக் கொண்டிருந்திருக்கிறேன். ஆன்மாவை, பிரம்மாவை தேடிக் கொண்டிருந்திருக்கிறேன். நான் என்னை அழிக்க விரும்பினேன். அதிலிருந்து ஓட விரும்பினேன். எதற்காக? வாழ்க்கையின் உட்கருவை இந்தப் பிரபஞ்சத்தின் முழுமையை இந்த ஆத்மாவை இவைகள் எல்லாவற்றிற்குமான மூலக் கருவை அறிவதற்காக! ஆனால் இப்படிச் செய்ததில் நான் என்னை வழியில் இழந்துவிட்டேன்."

சித்தார்த்தன் சுற்றுமுற்றும் பார்த்தான். அவனுடைய முகத்திலே அவனையறியாமலே, ஒரு புன்முறுவல் தோன்றியது. நீண்ட கனவிலிருந்து ஒரு விழிப்பு ஏற்பட்டதைப் போல அசைக்க முடியாத ஓர் உணர்வு அவனைச் சூழ்ந்து கொண்டது. அடுத்து என்ன செய்ய

வேண்டுமென்பதை முழுமையாக அறிந்துகொண்ட ஒரு மனிதனைப் போல உடனே மேலும் வேகமாக நடக்க ஆரம்பித்தான்.

முழுமையாக மூச்சை உள்வாங்கியவனாக, சித்தார்த்த னிலிருந்து 'நான்' இனிமேலும் தப்பிக்க முயலமாட்டேன். ஆத்மாவை அறிந்து கொள்வதற்காக, என்னுடைய எண்ணங்களை மேலும் செலவழிக்க விரும்பவில்லை. இந்த உலகத் துன்பங்களைப் பற்றிய கவலையில்லை. மேலும் என்னை நான் அழித்துக் கொள்ள விரும்பவில்லை. அழிந்துபட்டபின் அந்த அழிவுகளின் நடுவில் ஓர் இரகசியத்தை தெரிந்து கொள்ள வேண்டுமென்ற எண்ணமில்லை. நான் வேதங்களை கற்றுக் கொள்ள விரும்பவில்லை.

துறவறங்களை விரும்பவில்லை. யாருடைய போதனைகளும் தேவையில்லை. நானே கற்றுக்கொள்ள விரும்புகிறேன். நானே ஆசிரியன்; நானே மாணவன். சித்தார்த்தனுடைய இரகசியத்தை இனி நானே கற்றுக் கொள்வேன்.

ஏதோ உலகத்தை முதன் முறையாகப் பார்ப்பவனைப் போல, சுற்றும் முற்றும் பார்த்தான். தன்னையே ஒரு முறை பார்த்துக் கொண்டான். இந்த உலகம் எவ்வளவு அழகானது! புதுமையானது! இரகசியங்களை உள்ளடக்கியது! என்று நினைத்து தானே வியந்து கொண்டான். இங்கே பார்த்தால் ஒரே ஊதா நிறம் அங்கே பார்த்தால் மஞ்சள் நிறம். இரண்டையும் சேர்த்துப் பார்த்தால் பச்சை நிறம். ஆகாயம், ஆறு, காடு, மலை இவையெல்லாம் எவ்வளவு அழகானவை! தங்களுக்குள்ளே எவ்வளவு இரகசியங்களை அடக்கிக் கொண்டிருக்கின்றன என்று வியந்த சித்தார்த்தன் இவைகள் எல்லாம் முதன் முறையாகத் தன்னை கடந்து செல்வதைப் போல உணர்ந்தான். இது ஒரு மாய உலகமன்று; அர்த்தமற்றதுமன்று. உலகத்தை துன்பங்கள் மட்டுமே நிறைந்த ஒன்றாக ஏன் கற்றறிந்தவர்கள் சித்தரிக்கிறார்கள்? ஒருமையை விரும்பும் இவர்கள் பன்முக நோக்கை தூற்றத்தானே செய்வார்கள். உலகப் படைப்புகள் எல்லாம் தெய்வீகமானவை. ஒன்றொன்றும் வேறுபட்டவை. ஒவ்வொன்றிற்கும் ஒவ்வோர் அர்த்தமும் உண்மையும் ஆழத்தில் புதைந்து கிடக்கிறது. ஒவ்வொன்றிலும் தனித்தனியாகவும் இருக்கிறது; ஒட்டுமொத்தமாகவும் இருக்கிறது.

இதுவரை நான் ஒரு முட்டாளாகவும், செவிடனாகவும் அல்லவா இருந்திருந்திருக்கிறேன். ஒருவன் ஒரு புத்தகத்தைப் படிக்கும் பொழுது அதிலுள்ள எழுத்துகளை வெறுப்பதில்லை; குறிகளையும் குறியீடுகளையும் கூட ஒதுக்குவதில்லை. ஒவ்வோர் எழுத்தாக ஆழமாகப் படிக்கிறான். படிப்பதை நேசிக்கிறான். அதைப் போல இந்த உலகப் புத்தகத்தை, 'என்னுடைய இயல்பு' என்ற புத்தகத்தை நானே அட்சரம் பிசகாமல் படிக்க விரும்புகிறேன். நான் இந்த உலகத் தோற்றத்தை மாயை என்று கருதியது போதும். என்னுடைய அத்தனை நினைவுகளும் உருவகங்களும் பொய்யே! நான் இன்று ஒரு புது மனிதன். இன்றைக்குத்தான் பிறந்திருக்கிறேன்.

இவ்வாறாக, தனது மனதில் எண்ணங்களை ஓடவிட்ட சித்தார்த்தன் வழியிலே ஒரு பாம்பு படுத்திருப்பதைக் கண்டவன் போல, திடீரென நின்றான். நான் இப்பொழுது விழிப்புணர்வு பெற்று விட்டேன். புதிதாகப் பிறந்திருக்கிறேன். இனிமேல் ஒரு புதிய வாழ்க்கையை ஆரம்பிக்க வேண்டும். ஜடாவனத்தை விட்டு வெளியேறும் பொழுதே அவனுக்கொரு விழிப்புணர்வு தட்டியது. ஆனால், இப்பொழுதோ மறுபடியும் தோன்றிய விழிப்புணர்வில், துறவறத்தை விட்டுவிட்டு சாதாரண வாழ்க்கையை மேற்கொள்ள வீட்டிற்குத் திரும்பினால் என்ன? தந்தையைப் போய்ப் பார்த்தாலென்ன? என்ற எண்ணம் தோன்றியது. ஆனால் மறுபடியும் திடீரென அதிர்ச்சியுற்று நிற்கலானான். நான் இப்பொழுது முற்றிலும் மாறுபட்டவன்; துறவியல்லன்; பூசாரியுமல்லன்; ஓர் அந்தணனுமல்லன் அப்படியிருக்கையில் வீட்டிற்குச் சென்று என் தந்தையுடன் என்ன செய்யப் போகிறேன்? இன்னும் படிக்கவா? கடவுள்களுக்கு தொண்டு செய்யவா? தியானத்தை மேற்கொள்ளவா? எதுவும் இனிமேல் முடியாது. எல்லாம் நடந்து முடிந்தவை.

சித்தார்த்தன் ஒரு கணம் தனது மனதினுள் ஒரு கடும்குளிர் காற்று வீசியதைப் போல உணர்ந்தான். அதன் காரணமாக, ஒரு சிறிய பறவையைப் போல்; முயல் போன்ற ஒரு சிறு மிருகத்தைப் போல் நடுங்க ஆரம்பித்தான். நான் தன்னந்தனியனாகி விட்டேனே என்று நடுக்கம் கொண்டான். வீட்டைவிட்டு வெளியேறிப் பல

ஆண்டுகள் ஆகிவிட்டன. எனக்கு ஒருபோதும் இந்தத் தனிமை உணர்வு ஏற்பட்டதில்லையே? இப்பொழுது மட்டும் ஏன் உணர்கிறேன்? முன்பு ஆழ்ந்த தியானத்தில் இருந்த காலை நான் ஒரு சிறந்த பிராமணனின் மகனாக ஆச்சாரமானவனாக மட்டுமே என்னை உணர்ந்திருக்கிறேன். இப்பொழுது நான் விழிப்புணர்வு பெற்றுவிட்ட சித்தார்த்தன். வேறெதுவும் எனக்குத் தோன்றவில்லை. என்னைப் போன்ற தனித்து ஒதுக்கப்பட்ட ஒரு மனிதனை எங்குமே காண முடியாது. நான் ஓர் ஆளும் அரச குடும்பத்தைச் சேர்ந்தவனாக இல்லை. சாதாரண வேலை செய்யும் ஒருவனுக்கும், அவனைச் சுற்றி ஒரு குடும்பம் இருக்கிறது. அதிலேயே அவன் தன்னுடைய வார்த்தைகளையும் வாழ்க்கையையும் பகிர்ந்து கொள்கிறான். அந்தணர்களும் அப்படியே! முற்றும் துறந்தவர்களுக்கு கூட சாமணர் கூட்டம் இருக்கிறது. காட்டிலே வாழும் மிகச் சிறந்த முனிகளுக்குக் கூட ஒரு கூட்டம் இருக்கிறது. கோவிந்தன் ஒரு புத்த பிட்சு ஆகிவிட்டான். அவனைச் சூழ்ந்துள்ள பிட்சுகளும் அவனுடைய சகோதரர்களே! அவனைப் போல் உடையணிந்து கொள்கிறார்கள். நம்பிக்கைகளைப் பகிர்ந்து கொள்கிறார்கள். அவனுடைய மொழியையே மற்றவர்களும் பேசுகிறார்கள். ஆனால், சித்தார்த்தா! நீ எந்தக் கூட்டத்தை சேர்ந்தவன்? எந்த வாழ்க்கையை நீ பகிர்ந்துக் கொள்ளப் போகிறாய்? யாருடைய மொழியைப் பேசப் போகிறாய்? என்று அநேக எண்ணங்கள் அவனை வாட்டி வதைத்தன.

ஒரு நிலையில் இந்த எண்ணங்கள் எல்லாம் கரைந்து உருகிய பிறகு அவன் வானத்தில் ஒரு தனி நட்சத்திரமாக உணர ஆரம்பித்தான். ஆனால் முன்பை விட அவன் உறுதியாக இருந்தான். அவனுடைய விழிப்புணர்வின் கடைசி விளிம்பிற்கு வந்துவிட்டான். உடனே பொறுமையற்று வேகமாக நடக்க ஆரம்பித்தான். நான் வீட்டை நோக்கிச் செல்லப் போவதில்லை. என் தந்தையைக் காணப் போவதில்லை. கடந்த வாழ்க்கையை திரும்பிப் பார்க்க எந்த உபாயமும் இல்லை.

❖❖❖

5

கமலா

சித்தார்த்தன் தான் கடந்து வந்த பாதையில் வாழ்க்கையின் ரகசியத்தை படிப்படியாகக் கற்றுக்கொண்டு வந்தான். உலகமே ஒரு மாறுபட்ட தோற்றத்துடன் காணப்படுவதை உணர்ந்து ஒரு வகை ஆனந்தத்தை அடைந்தான். காடுகளுக்கும் மலைகளுக்கும் மேல் சூரியன் உயர்வதைக் காண்கிறான். கண்ணுக்குத் தெரியாத தொலைவில் உள்ள பனைமரக்காடுகளில் சூரியன் மறைவதைக் காண்கிறான். இரவிலே நட்சத்திரங்கள் ஆகாயத்தில் மிளிர்வதைக் காண்கிறான். ஒரு படகைப் போல் சந்திரன் வானத்திலே மிதப்பதைக் கண்டு ரசிக்கிறான். இதுவரை கண்டிருந்தாலும்

இப்பொழுது காண்கின்ற மரங்கள், நட்சத்திரங்கள், விலங்குகள், மேகங்கள், வானவில், பாறைகள், பூக்கள், செடிகள், களைகள், ஓடைகள், ஆறுகள், காலையில் காணும் பனித்துளிகள், எட்டாத்

தூரத்திலுள்ள ஊதா நிற மலை முகடுகள், பறவையின் பாடல்கள், சில்லென்ற காற்று, வயல் வெளிகள், இறைவனின் ரகசியத்தை வெளிக் கொணர்வது போன்ற ஒரு மெல்லிய உணர்வு. அமைதியாக, மானசீகமாக அவைகளை ரசிக்கத் தொடங்கி விட்டான்.

சாதாரணமாக நமக்கு இதை ரசிக்கத் தெரிவதில்லை. எதையும் ஆழ்ந்து கவனிக்கத் தொடங்குங்கள். இறைவனின் ஆற்றல், ரகசியம் அனைவருக்கும் புலப்படும். ஆசிரியர் ஒருநாள் தனது வகுப்பறையில் மாணவர்களை நோக்கி 'ஏழு உலக அதிசயங்களைக் கூறுக' என்று கட்டளையிட்டார். அனைவரும் சரியாக எழுதிக் காண்பித்தனர். ஒரு மாணவி மட்டும் 1. சுவாசித்தல் 2. பார்த்தல் 3. கேட்டல் 4. நுகர்தல் 5. உணர்தல் 6. உறங்குதல் 7. அன்பு என்று எழுதியிருந்தாள். ஆசிரியர் பாடம் கற்றுக் கொண்டார். நீங்களும் தானே. இறைவன் கொடுத்த இந்த வரங்களை நாம் என்றாவது உணர்ந்திருக்கிறோமா? மூன்று கோடி ரூபாய் கொடுத்தால், உங்கள் கண்களைக் கொடுத்து விடுவீர்களா? நீங்களே பல கோடிகளுக்கு அதிபதி. ஆனால் உணர்வோ பிச்சைக்காரன். ஒரு தத்துவஞானி, தனது நண்பருடன் தினமும் காலையில் நடைப்பயணம் செய்வதுண்டு. இருவரும் பேசிக்கொள்ளவே மாட்டார்கள். ஒருநாள் நண்பர் அவருடைய நண்பர் ஒருவரை நடைப்பயணத்தில் சேர்த்துக் கொண்டார். புதிய நண்பர், 'சூரியன் உதயம் என்னே அழகு, பறவைகள் பாடல்களில் என்னே இனிமை' என்று தான் ரசித்ததை பகிர்ந்து கொள்ள ஆரம்பித்தார். ஞானி அமைதியாக, நாளை முதல் இவரை அழைத்து வராதீர் என்று கூறினார். சாதாரண மனிதர்களாகிய நாம் உடனே 'ஞானிகள்' எல்லாரும் பைத்தியக்காரர்கள் தானே என்று கூற ஆரம்பித்து விடுவோம். தவறு. ஞானி மனதார எந்தச் சலனமுமில்லாமல் தினம் தினம் இந்த இயற்கை ரகசியங்களை ரசித்து உள்வாங்கி வியப்படைபவர். நண்பரின் பேச்சோ அதற்கு இடையூறு.

இந்த வண்ண மயங்கள், ஆயிரக்கணக்கான வகையிலே ஆண்டாண்டு காலங்களாக இருந்து கொண்டுதானே இருக்கிறது. சூரியனும் சந்திரனும் இதுவரை இல்லையா, ஓடைகளும் ஆறுகளும் ஓடவில்லையா, பூக்கள் மலரவில்லையா? இவையெல்லாம் சித்தார்த்தனுக்கு இதுவரை வெறும் அன்றாட நிகழ்வுகளாகவே இருந்தன. தோன்றின. இதையெல்லாம் இப்பொழுது காணும்போது இவை எல்லாம் மாயை, இவைகளுக்குப் பின்னால் கண்ணுக்குப் புலப்படாத ஒன்று இருக்கிறது. மற்றொரு பக்கம் இருக்கிறது. உலகம் உண்மையிலே மிக அழகானது, அருமையானது. நாம் என்று ஒரு குழந்தையைப் போல், எந்த எதிர்பார்ப்பும் இல்லாமல் இந்த உலகத்தைக் காண ஆரம்பிக்கிறோமோ அன்று அழகு தென்பட ஆரம்பித்துவிடும்.

ஓடைகள் அழகு. ஓடும் நீர் அழகு. பறக்கும் வண்ணத்துப் பூச்சி அழகு. மலராத மொட்டு அழகு. மலர்ந்த பூ அழகு. சுட்டெரிக்கும் சூரியன் அழகு. வெப்பத்தைத் தணிக்கும் வேப்பமரம் அழகு. பூசணிக்காய் அழகு. வாழைப்பழம் அழகு. பகலும் இரவும் மிக மிகக் குறுகியது. ஆண்டவனின் இந்த அழகுகளை ரசித்துச் சுவைப்பதற்கு முன்னே எழுந்து மறைந்த அலையைப் போல் வாழ்வு மறைந்து விடுகிறதே. மரத்துக்கு மரம் தாவி துள்ளித் திரியும் குரங்குகளை, சித்தார்த்தன் பார்க்கிறான். ஆண் மான் பெண் மானைத் தேடிப் போவதைப் பார்க்கிறான். குளத்திலே உணவுக்காக துள்ளி ஓடும் மீன்களைப் பார்க்கிறான். சக்தியும் ஆசையும் ஓடும் நீரில் வெளிப்படுவதைக் காண்கிறான்.

இவை எல்லாம் என்றும் இருந்தன. ஆனால் இவற்றையெல்லாம் முன்பு பார்க்க முடியவில்லை. இப்பொழுதுதான் இருப்பதை அவன் உணர்கிறான். இயற்கையோடு இரண்டறக் கரைந்து விட்டான். அவனுடைய கண்கள் நிழலையும் வெயிலையும் காண ஆரம்பித்து விட்டன. அவனுடைய மனம் சந்திரனையும் நட்சத்திரங்களையும் உணர ஆரம்பித்து விட்டது.

'மனம் பேயாய் அலைகிறது, அமைதியைத் தேடி' என்ன செய்வது என்று ஒருவர் ஒரு முனிவரைத் தேடிப் போனார். 'முனிவரே நீங்கள் எப்படி அமைதியாக இருக்கிறீர். எனக்கோ அனைத்து வசதிகளும் நிறைந்து

இருக்கின்றன. ஆனால் மன அமைதி இல்லையே' என்றார்.

முனிவர் 'நான் உண்ணும்போது உண்ணுகிறேன். உறங்கும்போது உறங்குகிறேன்.'

இதைத்தானே நானும் செய்கிறேன். சொல்கிறோம். ஆனால் நாம் யாரும் இதைச் செய்வதில்லை. எதைச் செய்தாலும் அதில் முழு ஈடுபாடுடன் எண்ணச்சிதறல் இல்லாமல் நாம் செய்கிறோமா? இல்லவே இல்லை. இதற்கு மேல் விளக்கத் தேவையில்லை. நீங்களே புரிந்து கொள்ளலாம். உணவின் முதல் கவளத்தில் உப்பு, காரம், இனிப்பு சுவை தெரிகிறது. போகப் போக அதைப் பற்றிக் கவலைப்படுவதே இல்லை. எரியும் அக்னி குண்டமாகிய நெருப்பிலே ஆகுதியை இடும்போது இறைவனை நினைத்துச் செய்ய வேண்டும். கோவிந்தா, கோவிந்தா என்று உணர்வோடு இன்றிலிருந்து உணவு உட்கொள்ள ஆரம்பியுங்களேன். இதைத்தான் ஆங்கிலத்திலே 'Work while you work, Play while you play' என்று கூறுகிறார்கள். எவ்வளவு அர்த்தம் பொதிந்த வரிகள்.

வழியில் சித்தார்த்தன் கடந்த கால நிகழ்வுகளை அசைபோட ஆரம்பித்தான். ஜடாவனத்தில் புத்தரிடம் கிடைத்த அனுபவம். அவருடைய போதனைகள். நண்பன் கோவிந்தனின் பிரிவு. புத்தருடன் தான் மேற்கொண்ட சம்பாஷணை, இவை ஒவ்வொன்றாக தனது மனத்திரையில் ஓட ஆரம்பித்தன. தான் புத்தரிடம் பேசிய ஒவ்வொரு வார்த்தையையும் நினைவுகூர்ந்தான். பொருள் அறியாமலே பல வார்த்தைகளைப் பேசிவிட்டோம். நீங்கள் ஞானமடைந்த அந்த நிமிடத்தில் உணர்ந்ததை எப்படி மற்றவருக்கு உணர்த்த முடியும், கூற முடியும். காதலித்தவன்தான் காதலை உணர முடியும். இயற்கை ரகசியத்தை புத்தர் உணர்ந்து அடைந்து, பற்றிய அந்த ஞானத்தின் ஒரு சிறு பகுதியை இப்பொழுது சித்தார்த்தன் உணர ஆரம்பித்துவிட்டான்.

தனக்குத் தானே ஏற்பட வேண்டும். கடவுளைக் காட்டு என்றால் முடியுமா? அன்பைக்காட்டு என்றால் முடியுமா?

இறைவன் இருப்பைப் பற்றிக் கூறும்போது திருமூலர் கூறுகிறார். 'கண்டவர் விண்டிலர், விண்டவர் கண்டிலர்.'

விவேகானந்தர், ராமகிருஷ்ணரிடம் கேட்ட முதல் கேள்வி, 'கடவுளைக் காட்ட முடியுமா?' என்பது தானே.

வசிஷ்டர் ராமனுக்கு சிறுவயதிலே உபதேசம் செய்யும்போது கடவுளின் இருப்பை உணர்த்துவதற்கு, 'காற்றையும் காற்றின் அசைவையும்' உதாரணம் காட்டுகிறார். காற்றைப் பார்க்க முடியாது. அசைவை உணரமுடியும்.

இதைத்தான் இயேசு, பரமனின் ராஜ்யம் கடுகுக்கு ஒப்பானது என்றார். கடுகு முளைத்து மரமாகி விட்டது. கடுகைக் காட்டு என்றால் எப்படிக் காட்டுவது. அவனன்றி ஓர் அணுவும் அசையாது.

நாம் அனுபவப்பட வேண்டும். உணர வேண்டும். சித்தார்த்தன் எப்போதோ 'தன்னை' தனது 'ஆத்மாவை' அந்த பிரம்மாவின் ஒரு பகுதி என்பதை நிச்சயம் அறிந்திருந்தான். ஆனால் அதை தனது எண்ணத்திலே வலை போட்டு பிடிக்க நினைத்து தோல்வியுற்றான். இந்த உடம்பு 'நான்' இல்லை. எனது உணர்வுகள், எண்ணங்கள், தான் பெற்ற அறிவு, கற்றறிந்த கலை இவையெல்லாம் 'சுயத்தை' அறிவதற்கு உதவாது. எண்ணங்களும் அறிவும் புதிய எண்ணங்களையும் அறிவையும் தோற்றுவிக்குமே தவிர, 'நானை' உணர உதவாது. நினைவுகளும் உணர்வுகளும் நன்மை பயக்கக் கூடியவையே. இரண்டிற்கும் பின்னால் கடைசி அர்த்தம் பொதிந்து கிடக்கிறது. இரண்டையும் கூர்ந்து கவனிப்பது நல்லதே. அவற்றுடன் விளையாடுவதும் நல்லதே. இரண்டில் ஒன்றை வெறுப்பதோ, பூஜிப்பதோ தேவையற்றது. ஆனால் இரண்டினுடைய அழைப்புகளையும் கூர்ந்து கவனிப்பது அவசியமானது. என்னுடைய உள் ஒலி என்ன சொல்கிறதோ அதைக் கடைப்பிடிப்பதை விட வேறு வழியில்லை. எங்கும் அலையத் தேவையில்லை. ஏன் புத்தர் ஞானம் பெறுவதற்காக போதி மரத்தடியில் போய் அமர்ந்தார். எது அவரை அங்கே போய் அமரச் செய்தது. அவர் ஓர் ஒலியைக் கேட்டார். அந்த ஒலி கட்டளை இட்டது. அதன்பிறகு தன் பூத உடலைப் பற்றிக் கவலைப்படவில்லை.

எதையும் பலியிடவில்லை. எவற்றையும் தியாகம் பண்ணவில்லை. குளிக்கவில்லை, தொழுதல் இல்லை. உணவு இல்லை. உறக்கம் இல்லை. நீர் கூட அருந்தவில்லை. அந்த ஒலியை மட்டும் கேட்க ஆரம்பித்து விட்டார். அதன்பிறகு எதற்கும் கீழ்ப்படியத் தேவையில்லை. சுருங்கச் சொன்னால் எதுவுமே தேவையில்லை.

போதி மரத்தடியிலே புத்தருக்கு ஞானம் பிறந்தது என்பது ஓர் அருமையான விஷயம் அவர் ஏன் வேறு மரத்தைத் தேடவில்லை. வேறு இடத்தைத் தேடச் சொல்லி தன் உள் ஒலி கட்டளை இடவில்லை. போதி மரம் அரசமர வகையைச் சார்ந்தது. அரசமரம் ஒன்றுதான் 24 மணிநேரம் ஒளிச் சேர்க்கை செய்து பிராண வாயுவை மட்டும் வெளிவிடக் கூடிய மரம். கிருஷ்ணன் கீதையிலே சிறந்தவைகளைப் பற்றிக் கூறும்போது, மரங்களிலே நான் அரசமரம் என்று கூறுகிறான். சிந்திக்க வேண்டிய விஷயம். பிரபஞ்ச சக்திகள் எல்லாம் ஒன்று சேர்ந்து புத்தர் ஞானம் பெற உதவின. எனவேதான் சித்தார்த்தன் கூறுகிறான், 'அந்த ஒலி என்ன கட்டளை இடுகிறதோ அதைச் செய்!

புத்தர் ஞானம் பெற்ற அந்தத் தருணத்தில் பறவைகள் ஆடிப்பாடி மகிழ்ந்தன. பட்டமரம் பாலூற ஆரம்பித்தது. மொத்தத்தில் இயற்கையே ஆனந்தமடைந்தது. இன்றைக்கும் புத்த கயாவிலே மக்கள் ஆனந்தமாகவே இருக்கிறார்கள்.

அன்றிரவு சித்தார்த்தன் படகோட்டியின் குடிசையிலே உறங்கும்போது ஒரு கனவு கண்டான். தனது ஆத்ம நண்பன் கோவிந்தன் காவி உடை தரித்து தன் முன் வருத்தமுடன் நிற்பது போலவும், 'சித்தார்த்தா என்னை விட்டு ஏன் பிரிந்தாய்' என்று கேட்பது போலவும் உணர்ந்தான். கனவில் அவனை இறுகப் பிடித்துத் தழுவினான். முத்தமிட்டான். அவனுடைய மார்பை அணைத்துத் தழுவும் போது ஒரு பெண்ணின் கொங்கைகளைத் தொடுவது போல் ஓர் உணர்வு. அதிலிருந்து வரும் பாலைப் பருகுகிறான். அது ஒரு பெண்ணுடைய உருவமாகப்படுகிறது. சட்டென்று எழுந்து விடுகிறான். இந்த மாதிரியான ஓர் உணர்வு சித்தார்த்தனுக்கு என்றுமே ஏற்பட்டதில்லை. விழித்தெழுந்து பார்த்தபோது, அருகிலே குடிசையின் வாயிலை முத்தமிட்டுக் கொண்டு ஆறு சலனமின்றி ஓடிக் கொண்டிருந்தது. அந்தக் காட்டிலே ஓர் ஆந்தையின் ஆழமான ஒலி சுத்தமாகக் கேட்டது.

இந்தக் கனவு அவனுடைய கடந்த கால வாழ்க்கைக்கும் வருங்கால வாழ்க்கைக்கும் ஒரு பாலமாகவே இருந்தது. நம்முடைய பல பிரச்சினைகளை கனவுகள் தீர்த்து வைக்கும். நம்முடைய ஆழ்ந்த சிந்தனைகள் அடிமனதின் ஆழத்திலே படிந்து விடுகின்றன. மேடம் கியூரி அவர்கள் ரேடியம் கண்டுபிடித்தது கூட அவருடைய கனவில்தான். ஒருநாள் சிரமப்பட்டு ரேடியம் கண்டுபிடிப்பதை நோக்கி எழுதிக் கொண்டிருந்தார். இரவு வெகுநேரம் ஆகிவிட்டது. எழுதிக் கொண்டே கடைசி எழுத்தைக் கிறுக்கிக் கொண்டே அயர்ந்து தூங்கிவிட்டார். மறுநாள் காலையில் நாற்காலியில் தூங்கிய நிலையிலிருந்து எழுந்து பார்க்கும் போது, அந்த தியரி முடிக்கப்பட்டிருந்தது. ரேடியமும் கண்டுபிடித்தாயிற்று. யார் வந்து எழுதியது. கூர்ந்து கவனித்தால், அவை கியூரியின் கையெழுத்துக்களே. தன்னை மறந்து இறை நிலையை அடைந்து எழுதப்பட்ட கண்டுபிடிப்பு. இதைத்தான் வள்ளுவர் 'முயற்சி திருவினை ஆக்கும்' என்றாரோ.

உலகத்தில் தான் நினைத்ததை அடைந்தவரெல்லாம் இப்படி சிதறாத சிந்தனை ஓட்டம் கொண்டவர்களே. இது காதலுக்கும் பொருந்தும். கடவுளை அடைவதற்கும் பொருந்தும். ஞானிகள் எதற்கும் சொந்தக்காரர்கள் அல்லர். அலெக்சாண்டரின் ஞானகுருவாக விளங்கியவர் டயோஜினஸ். இவர் ஆடை எதுவும் அணியமாட்டார். கடற்கரையில் ஒரு தூணின் நிழல்தான் இவர் வீடு. நாம் ஏதாவது கேட்டால், தன் பக்கத்தில் எப்போதும் வாசம் கொள்ளும் நாயிடம்தான் பதில் கூறுவார். அலெக்சாண்டருக்கும் நாயிடம்தான் பதில். ஒரு முறை டயோஜினஸ் ஆற்றில் குளித்துக் கொண்டிருந்தார். அது சமயம் ஒரு நாய் குளிக்க வந்தது. வந்த வேகத்தில் குளித்துவிட்டுக் கிளம்பி விட்டது. நாயைப் பார்த்தார். நாம் மட்டும் ஏன் இன்னும் நேரத்தைக் கழித்துக் கொண்டிருக்கிறோம்? ஓ, இந்தப் பிச்சைப் பாத்திரத்தைக் கழுவுவதில் நேரமும் கவனமும் கழிந்து விட்டது. எனவே இந்தப் பிச்சைப் பாத்திரம் கூட சுமையே, என்று அதை ஆற்றோடு விட்டுவிட்டார். அதன் பின் நாயை குருவாக ஏற்றுக்கொண்டார். அப்பேற்பட்ட ஞானியிடம், ஒருமுறை அலெக்சாண்டர் வந்து, ‘குருவே நான் இந்தியா மீது படையெடுத்துச் செல்லப் போகிறேன்’ என்றான்.

‘படையெடுத்து வெற்றி கொண்ட பின்பு.....’ ‘இந்தியாவை வென்றுவிட்டால் உலகத்திற்கே மகாசக்கரவர்த்தி என்று பெயர் சூட்டிக் கொள்ளலாம் என்று எனது ஆசிரியர் அரிஸ்டாட்டில் கூறியிருக்கிறார்’ ஆசிரியர் அப்படித்தான் கூறுவார். குரு அப்படிக் கூற மாட்டார்.

‘உலக மகா சக்கரவர்த்தி என்று பெயர் பெற்ற பின்பு’

‘நான் நிம்மதியாக வாழ்வேன்’

‘நான் இப்பொழுது என்ன செய்து கொண்டிருக்கிறேன் என்று நினைக்கிறாய். அதற்கு இவ்வளவு பெரிய

போராட்டம் தேவையில்லை. எனக்குப் பக்கத்திலே அந்த நிழலில் படு' என்றான் டயஜினஸ்.

இதிலிருந்து என்ன புரிகிறது. எதுவுமே இல்லாதவரை ஆனந்தமே. 99 Syndrome என்று கேள்விப் பட்டிருக்கிறீர்களா?

அரண்மனை நாவிதன் அரசனுக்குத் தினமும் முகச் சவரம் செய்து ஆனந்தமாக வாழ்வைக் கழித்து வந்தான். நாவிதன் முகத்தில் ஒரு நாள் கூட கவலை என்ற ரேகையையே மன்னர் கண்டதில்லை. ஆனால் அரசாளும் மன்னனுக்கோ தினமும் பிரச்சினைகள். பல இரவுகளில் தூக்கம் தொலைந்து விடுகிறது. ஒன்றும் இல்லாத, என்னை அண்டிப் பிழைக்கும் இந்த நாவிதன் மட்டும் எப்படி எப்போதும் ஆனந்தமாக இருக்கிறான்? இதை மந்திரியிடம் கேட்டார்.

மந்திரி, 'அவன் எப்படி இவ்வளவு ஆனந்தமாக இருக்கிறான் என்று கண்டுபிடிக்க முடியாது. ஆனால் இவன் ஆனந்தத்தை என்னால் கெடுத்துவிட முடியும்' என்றார்.

மந்திரிகள் இப்படித்தானே பிழைப்பை நடத்திக் கொண்டிருக்கிறார்கள்.

மன்னன், 'சரி அதைச் செய்யும் பார்க்கலாம்' என்றார். மந்திரி 99 தங்க நாணயங்களை ஒரு சிறு பையில் கட்டினார். கட்டிய அந்தப் பையை நாவிதன் வீட்டு சன்னல் வழியாக அவன் வீட்டினுள் எறிந்து விட்டார். நாவிதன் வீடு திரும்பினான். வீட்டினுள் ஒரு பை, அதில் தங்க நாணயங்கள். எண்ணிப் பார்த்தான். 99. பத்துத்தடவை எண்ணிப் பார்த்தான். அப்போதும் 99. 'சே! ஒரு நாணயம் சேர்த்துவிட்டால் 100 ஆகிவிடுமே' அன்றிலிருந்து அந்த சிந்தனையைத் தவிர நாவிதனுக்கு வேறொன்றும் தோன்றவில்லை. செய்யும் வேலையில் தொய்வு ஏற்பட்டுவிட்டது. அவன் வாழ்நாள் முழுவதும் முயன்றால் கூட ஒரு தங்க நாணயத்தை சம்பாதிக்க முடியாது. மறுநாள்

மன்னனுக்கு சவரம் செய்யும் போது இரண்டு மூன்று வெட்டுகள். மன்னன் முகத்தில் ரத்தம் கசிய ஆரம்பித்தது. மன்னனுக்குக் கோபம் வந்துவிட்டது. மந்திரியை அழைத்தார். விவரம் அறிந்து கொண்டார். நாவிதனின் வேலையும்போயிற்று.

இப்படித்தான் நாம் வாழ்ந்து கொண்டிருக்கிறோம். ஒன்று இறந்தகாலத்தில் வாழ்கிறோம். அல்லது எதிர்காலத்தில் வாழ்கிறோம். நிகழ்காலத்தில் நாம் ஒரு போதும் வாழ்வதில்லை. நிகழ்காலத்தில் வாழும் போதுதான் இறைவனை, அவனது படைப்புகளை உணர முடியும். ஆனந்தம் மலரும்.

காலை எழுந்தவுடன், சித்தார்த்தன் தனது படகோட்டி நண்பனை விளித்து, நான் போக வேண்டும். அக்கரையில் என்னை உன் படகில் கொண்டு விட முடியுமா? என்று கேட்டான். அவனுடைய மூங்கில் படகில் இருவரும் பயணித்தனர். இளஞ்சூரிய ஒளிபட்டு ஆற்று நீர் இளஞ்சிவப்பாக மின்னியது. அதை உற்றுக் கவனித்த சித்தார்த்தன் 'என்ன அழகான ஆறு' என்று ஆச்சரியப்பட்டான்.

'ஆம், மிக மிக அழகான ஆறுதான். எல்லாவற்றையும் விட இந்த ஆற்றை நான் ஆழமாக நேசிக்கிறேன். நான் இதன் குரலை ஆழமாகக் கேட்டிருக்கிறேன். வியந்திருக்கிறேன். நான் நிறையக் கற்றுமிருக்கிறேன். நீயும், அநேகம் தெரிந்து கொள்ளலாம்.' அதற்குள் அக்கரை வந்துவிட்டது. சித்தார்த்தன், "நன்றி. என்னிடம் சன்மானம்' கொடுப்பதற்கு ஏதும் இல்லை. எனக்கென உடைமைகள் எதுவும் கிடையாது. நான் ஒரு பிராமணனின் மகன், ஒரு சாமணன்.'

'அதை நான் அறிவேன். நானும் எதையும் எதிர்பார்க்கவில்லை. ஆனால் என்றாவது ஒருநாள் நிச்சயமாக எனக்குக் கொடுப்பாய்.'

'உண்மையாகவா ?'

'நிச்சயமாக, சென்றது அனைத்தும் திரும்பி வரவே நேரும் சாமணா, நீயும் ஒருநாள் வந்தே தீருவாய். இப்பொழுது சென்றுவா. உன்னுடைய நட்பை நான் பரிசாக ஏற்றுக் கொள்கிறேன். கடவுளை வணங்கும் போதெல்லாம் என்னையும் நினைத்துக்கொள்.'

புன்முறுவலோடு சித்தார்த்தன் பிரிந்து சென்றான். படகோட்டியின் நட்பில் கரைந்து விட்டான். "இவன் என் நண்பன் கோவிந்தனைப் போல். நான் வழியில் சந்திக்கும் அனைவரும் மிக நல்லவர்களாக இருக்கிறார்களே. அவர்களுக்கெல்லாம் என் நன்றி உரித்தாகுக. எல்லோரும் எனக்கு உதவுவதற்குத் தயாராக உள்ளனர். எல்லோருமே எனக்கு நண்பர்களாக இருக்க விரும்புகின்றனர். மக்கள் எல்லாம் குழந்தைகளே." இது சித்தார்த்தனின் மன ஓட்டம்.

அன்றைய உச்சி வேளை கழிந்த நேரத்தில் சித்தார்த்தன் ஒரு கிராமத்தை அடைந்திருந்தான். அக்கிராமத்தின் வீதிகளில் குழந்தைகள் ஆடிப்பாடி மகிழ்வதைக் கண்டான். அவர்களின் கூக்குரலும் கூச்சலும் ஒருவருக்கொருவர் மல்யுத்தம் செய்வதும் ஓடி விளையாடுவதும் இவையெல்லாம் சாமணனுக்கு புதுமையாகத் தோன்றியன. அவன் சென்ற பாதை அந்த சிறு கிராமத்தைத் தாண்டி ஓர் ஓடையின் பக்கத்தில் கொண்டுபோய் விட்டது. அந்த ஓடையின் ஒரு கரையில் ஒரு இளம் பெண் மண்டியிட்டுக் கொண்டு துணிகளைத் துவைத்துக் கொண்டிருந்தாள். சித்தார்த்தன் ஏதோ பேச முற்பட்டதை அறிந்த அந்தப் பெண், தன் தலையை உயர்த்தி புன்முறுவல் பூத்தாள். சித்தார்த்தன் அவளுடைய கண்களின் வெண்படலம் ஒளிர்வதை கவனிக்கத் தவறவில்லை. 'அம்மணிக்கு ஆசிகள்' என்று கூறிவிட்டு, 'அருகிலுள்ள சிறிய நகரம் இன்னும் எவ்வளவு தொலைவில் உள்ளது' என்று கேட்டான் சித்தார்த்தன்.

ஈரம் ததும்பும் தாமரை இதழ்களுக்கு ஒப்பான தன் உதடுகளை இலேசாக மடித்து, அவன் மீது ஒரு வசீகரப் பார்வையைச் செலுத்தி

விட்டு, இலேசான கேலி கிண்டலுடன், சாப்பிட்டு நாளாகிவிட்டதோ, சாமணர்கள் காட்டில் தனியாகத்தான் படுத்துறங்குவார்களாமே, பெண்களை உடன் படுக்க அனுமதிக்க மாட்டார்களாமே என்று அலட்சியாகப் பேச ஆரம்பித்தாள். அவள் தன் கால் விரல்களால் தரையில் கோலம் போட்ட லட்சணம், 'வா, என்னோடு காதல் செய், காமம் ஏற்று,' என்று அப்பட்டமாகக் காட்டுவதைப் போல் இருந்தது. சித்தார்த்தன் நிலை குலைந்து விட்டான். நேற்று இரவு அவன் கண்ட கனவு வேறு சேர்ந்து கொண்டது. அவளை நோக்கி ஓரடி, ஈரடி எடுத்து வைத்தவன், தன்னை அறியாமலே சுயநினைவிழந்து அவளை அணைத்து அவளுடைய பனிமலர் உதட்டில் முத்தமிட்டு அதோடு நிற்காமல் இரவில் கனவில் கண்டது போல் அவளது கொங்கைகளையும் ருசிக்கத் துவங்கினான். சித்தார்த்தன் கரைந்து உருகி காணாமல் போய்விட்டான். அவளுடைய ரோசாப்பூ இதழ்களும் செவ்விளநீர் கொங்கைகளும் சித்தார்த்தனை எங்கோ கொண்டு சென்றுவிட்டது.

சித்தார்த்தனுக்குள்ளும் விரக தாகம் தூங்கிக் கொண்டிருந்தது. அதனுடைய ஏக்கத்தை சில சமயம் உணர்ந்திருக்கிறான். இருந்த போதிலும், எந்தப் பெண்ணையும் இதுவரை தொட்டதில்லையாதலால், அவளை கட்டி அணைத்துக் கொள்ள வேண்டும் என்று துடித்த போதும், ஏதோ ஒன்று அவனைத் தடுத்தது. அவனது உள்ளார்ந்த ஒலி 'அதைச் செய்யாதே' என்று குரல் கொடுத்தது. அவ்வளவுதான், அவனுடைய முகத்திலிருந்து அனைத்தும் மாயமாய் மறைந்தது. அதன்பின் சித்தார்த்தன், ஒரு சாதாரணப் பெண்ணின் முகத்தையே பார்க்க முடிந்தது. அவளுடைய கன்னத்தைச் செல்லமாக ஒரு தட்டு தட்டி விட்டு நகர ஆரம்பித்தான். அவன் வேகமாக நடந்து அங்கிருந்த மூங்கில் காட்டிற்குள் மறைந்தது அவளுக்கு ஏமாற்றத்தையே அளித்தது.

அன்று பொழுது சாயும் முன்பு சித்தார்த்தன் ஒரு பெரிய நகரத்தை அடைந்தான். அங்கிருந்த மக்கள் கூட்டத்தில் தன்னை இணைத்துக் கொண்டதில் அவன் மகிழ்ச்சி அடைந்தான். தன்னுடைய வாழ்க்கையின் பெரும் பகுதியை காடுகளிலேயே

கழித்தவன். கூரை உள்ள ஒரு இடத்தில் சாமணக் கூட்டத்தில் சேர்ந்த பின்பு சித்தார்த்தன் முதன் முதலில் ஓர் இரவைக் கழித்தது. படகோட்டியின் குடிசையில்தான்.

அந்த நகரத்திற்கு வெளியே, வேலி இடாத ஒரு பெரிய அழகிய நந்தவனத்தை சித்தார்த்தன் கண்டான். அதனுள் ஆண்களும் பெண்களும் சிறு சிறு கூடைகளில் பூக்களை நிரப்பிக் கொண்டு வரிசையாக நிற்பதைக் கண்டான். அந்த நந்தவனத்தின் நடுவில் நான்கு பேர் சுமந்து கொண்டிருந்த ஒரு பல்லக்கில் ஓர் அழகிய மாது அமர்ந்திருப்பதைக் கண்டான். நந்தவனத்தின் வெளியில் அமைதியாக நின்று கொண்டு அந்த ஊர்வலத்தை ரசித்துக் கொண்டிருந்தான். அந்தப் பல்லக்கை உற்று நோக்கினான். அதில் அமர்ந்திருந்த அந்த மாதுவையும் கவனித்தான். அந்த மங்கையின் அடர்ந்த கருங்கூந்தல், பார்க்கப் பார்க்கத் திகட்டாத அவளது அறிவு செறிந்த முகம் அத்திப் பழத்தையொத்த மின்னும் அவளுடைய செவ்விதழ்கள், வளைவான வில்லையொத்த அவளது புருவங்கள், கருநீலக் கண்கள், எவரையும் வசீகரிக்கும் தோற்றம், வெண் சங்கைப் போன்ற அவள் கழுத்து, அதை அலங்கரிக்கும் ஒரு முத்துமாலை, இவையெல்லாம் சித்தார்த்தனை கிறங்கடித்தது. அவளுடைய நீளமான மெல்லிய கைகள், அதை மேலும் அலங்கரிக்கும் தங்க வளையல்கள், ஆஹா என்னே அழகு.

சித்தார்த்தன் அப்படி ஓர் அழகியை இதுவரை கண்டதில்லை. அவனுடைய உள்ளம் உவகை கொண்டது. அந்தப் பல்லக்கு அவனைத் தாண்டிச் சென்றபோது சித்தார்த்தன் தலை குனிந்து வணங்கிய பின்பு நிமிர்ந்து, ஒளிரும் அவளுடைய முகத்தை உற்று நோக்கினான். அவளுடைய மீன் வடிவான புருவம் கொண்ட கண்கள் அவளுடைய புத்திசாலித்தனத்தை உணர்த்தியது. அவள் தடவியிருந்த வாசனைத் திரவியங்கள் அவனை மயக்கியது. அந்த மாது இலேசாக தலையசைத்து புன்னகைத்துவிட்டு அவளுடைய நந்தவனத்திற்குள் மறைந்தாள். அவளுடைய வேலைக்காரர்கள் பின் தொடர்ந்தனர்.

அதிர்ஷ்ட வசத்தால்தான் இந்த நகரத்திற்கு வந்திருக்கிறேன் போலும் என்று சித்தார்த்தன் தனக்குள்ளே நினைத்துக்

கொண்டான். நந்தவனத்துக்குள் உடனே பிரவேசிக்க சித்தார்த்தன் ஆவல் கொண்டான். எனினும் அவன் அணிந்திருந்த ஆடை, தோற்றம் அதைக் கண்டு வேலைக்காரர்களும், வேலைக்காரிகளும் அவனை ஏளனமாகப் பார்த்த பார்வை, வெறுத்து ஒதுக்கித் தள்ளிய விதம் இவை ஒன்று சேர்ந்து சித்தார்த்தன் நந்தவனத்துக்குள் உடனே செல்வதை நிறுத்தி தள்ளிப் போட்டது.

நான் இன்னும் சாமண துறவியாக, பிச்சைக்காரனாகத்தான் இருக்கிறேன். இந்த நந்தவனத்துத்குள் செல்ல வேண்டுமானால் இனிமேலும் இதுபோல் இருத்தலாகாது என்று முடிவு செய்து தனக்குள்ளே சிரித்துக் கொண்டான்.

நந்தவனத்தில் தன் கண்ணில் பட்ட மனிதர்களிடம் அந்த மாதுவின் பெயரை அறிய முற்பட்டு தெரிந்துகொண்டான். அவள் பெயர் கமலா. தனவந்தர்களை திருப்திப்படுத்தும் விலை மாது என்றும், நந்தவனத்தைத் தொட்டடுத்து ஓர் அழகான வீடு அவளுக்கு உண்டு என்பதையும் அறிந்து கொண்டான்.

அதன்பிறகு நகரை வலம்வர ஆரம்பித்தான். அவனுக்கு ஒரே ஓர் இலக்கு மாத்திரமே இருந்தது. அதை நோக்கியே அந்த நகரத்தின் தெருக்களில் உலா வந்தான். சில இடங்களில் சிலை போல் நிற்பான். ஆற்றங்கரைப் படிகளில் அமருவான்.

ஆலமரத்தடியில் முடிதிருத்தும் நாசுகன் ஒருவனை அன்று மாலையில் சந்தித்து நண்பனாக்கிக் கொண்டான்.

அவனை மறுபடியும் விஷ்ணு கோயிலில் பார்த்த போது அவனிடம் சித்தார்த்தன் விஷ்ணு லக்ஷ்மி கதைகளைக் கூறி அவனுடன் உறவை மேலும் வலுப்படுத்திக்கொண்டான். இரவில் படித்துறையில் படுத்துறங்கி விட்டு அதிகாலையில் எழுந்து நாசுகன் கடைக்கு ஆட்கள் வருவதற்கு முன்பே சித்தார்த்தன் அங்கு போய் முடிவெட்டி சவரம் செய்து கொண்டு மிடுக்கானான். பின்பு ஆற்றிற்குச் சென்று நீராடி அழகனாகவே மாறிவிட்டான்.

அன்று மதியம் பல்லக்கில் கமலா தன் நந்தவனத்திற்கு வருவதை எதிர்பார்த்து வாயிலிலே காத்திருந்த சித்தார்த்தன், அவளைக் கண்டவுடன் தலை வணங்கி பதிலுக்கு வணக்கத்தையும்

பெற்றான். அவளுடைய வேலைக்காரன் ஒருவனை அணுகி, ஒரு பிராமண இளைஞன் தங்களுடன் பேச விரும்புகிறான் என்று அறிவிக்கும்படி கேட்டுக்கொண்டான். சிறிது நேரம் கழித்து அந்த வேலைக்காரன் சித்தார்த்தனை அழைத்துக் கொண்டுபோய் கமலாவின் முன் நிறுத்தினான்.

'நேற்று நீ வெளியில் நின்று எனக்கு வணக்கம் செலுத்தினாயல்லவா ?'

'ஆம், நேற்று உங்களைக் கண்டு வணங்கினேன்.'

'ஆனால் நேற்று நீ தாடி வைத்திருந்தாய், நீளமான முடி இருந்தது. உன்னுடைய தலைமுடி தூசி படிந்து கலைந்து கிடந்ததே.'

'ஆம் நீங்கள் என்னை நன்றாகவே கவனித்திருக்கிறீர்கள். நேற்று நீங்கள் கண்ட சித்தார்த்தன் வீட்டை விட்டு ஓடிவந்து சாமணக் கூட்டத்தில் மூன்று ஆண்டுகளைக் கழித்தவன். நான் இப்பொழுது அந்தப் பாதையை விட்டு விட்டு நகர வாழ்க்கையைத் தேடி வந்திருக்கிறேன். நான் இந்த நகரத்தை அடைவதற்கு முன்பே முதன் முதலில் சந்தித்த நபர் நீங்கள்தான். என் கண்களைத் தாழ்த்தி முதன்முதலில் பேசிய பெண் நீதான் இனி ஒருபோதும் எந்த அழகியைப் பார்த்தாலும் இதைச் செய்யமாட்டேன். இதைக் கூறவே இங்கு வந்தேன்! என்றான் சித்தார்த்தன்.

'இதைச் சொல்வதற்கா இவ்வளவு இடர்ப்பாடுகள், இல்லை வேறு ஏதும் உள்ளதா' என்று புன்முறுவல் பூத்த கமலா, தான் வைத்திருந்த மயில் பீலி விசிறியை இலேசாக அசைத்து வீசிக் கொண்டாள்.

அதன்பின் கமலா பலமாகவே சிரித்துவிட்டாள்.

'காட்டிலே வாழ்ந்த ஒரு சாமணன் என்னிடம் வந்து கற்றுக்கொள்ள வேண்டும் என்று விரும்பியது, எனக்கு கிடைத்த முதல் அனுபவம். சடைமுடி தரித்து கிழிந்த கோவணம் கட்டிய சாமணன் இங்கே வந்தது. இதுவே முதல்முறை.

அநேக இளைஞர்கள் அதிலும் குறிப்பாக பிராமண இளைஞர்கள் பலர் வந்திருக்கிறார்கள். ஆனால் அவர்கள்

நேர்த்தியான உடை அணிந்து, வாசனைத் திரவியங்கள் பூசி, கைநிறைய பணத்துடனே என்னிடம் வந்து போயிருக்கிறார்கள். ஆனால் நீயோ முற்றிலும் வேறுபட்டவன்.'

நான் ஏற்கனவே உங்களிடமிருந்து கற்றுக்கொள்ள ஆரம்பித்துவிட்டேன். நேற்று கொஞ்சம் கற்றேன். ஏற்கனவே என் தாடியை எடுத்துவிட்டேன். தலைமுடிக்கு எண்ணை இட்டுக்கொண்டேன். ஆனால் நல்ல ஆடை அணியவில்லை. அழகான செருப்பு போடவில்லை. எனது பையில் பணமும் இல்லை. சித்தார்த்தன் இந்த அற்ப விஷயங்களுக்கும் மேலான பலவற்றை ஏற்கனவே தேடி அடைந்தவன். இந்த அற்பங்களைப் பெறுவது ஒன்றும் சிரமமல்ல. உங்களிடம் எதைக் கொடுத்தால் காதலைக் கற்றுக்கொள்ளலாம், காதல் இன்பத்தைக் கற்றுக்கொள்ளலாம் என நேற்றே தெரிந்து கொண்டேன். அவைகளைப் பெறுவது எனக்கு ஒன்றும் கடினமான காரியமல்ல. நான் உங்களிடத்தில் ஒரு சிறந்த மாணாக்கனாக இருப்பேன். நீங்கள் கற்பிக்கப் போவதை விட கடினமானவற்றை அதிகமாகவே நான் தெரிந்து வைத்துள்ளேன். இருந்த போதிலும் நல்ல ஆடையணியாத, காலணி அணியாத, பையில் பணமில்லாத சித்தார்த்தன் மட்டும் போதாது என்று நினைக்கிறீர்கள் இல்லையா?

கமலா வாய்விட்டு சிரிக்கலானாள். நீ சொல்வது அனைத்தும் சரியே. காசில்லாதவன் கடவுளானாலும் கதவைச் சாத்தடி. என் தொழில் அப்படி. காட்டிலே வாழ்ந்த உனக்கு இது தெரிந்திருக்க நியாயமில்லை.

'நான் நன்றாகவே புரிந்து கொண்டேன். அதுவும் கோவைப்பழ இதழ்கொண்ட உங்கள் வாயிலிருந்து வரும் போது எப்படி புரியாமல் இருக்க முடியும். என்னுடைய உதடுகளும் சிவப்பானவை. யாருமே தொடாத என் செவ்விதழ்கள் உங்களுடையதற்கு மிகப்பொருத்தமாக இருக்கும். ஆனால் என்னிடம் மறைக்காமல் உண்மையைக் கூறுங்கள், காட்டிலே வாழ்ந்து நாட்டிற்கு வந்து காதலைக் கற்றுக்கொள்ள ஆசைப்படும் என்னைப் போன்ற ஒரு சாமணனைக் கண்டு கொஞ்சமும் அச்சமில்லையா?'

'நான் ஏன் பயப்பட வேண்டும்? சாமணன் அதுவும் நரிகள் வாழும் காட்டில் வாழ்ந்த சாமணன், பெண்களைப் பற்றி ஒன்றுமே தெரியாத சாமணன், அவனைப்பற்றி நான் ஏன் அச்சம் கொள்ளவேண்டும்.'

'சாமணன் மிகவும் தைரியசாலி, எதற்கும் அஞ்சாதவன். அவன் உங்களை நிலை குலையச் செய்ய முடியும். உங்களைத் திருடமுடியும், உங்களைக் காயப்படுத்த முடியும்.' 'இல்லை, சாமணா, நான் பயப்படவில்லை. ஒரு சாமணனோ, பிராமணனோ, யாராவது நம்மை காயப்படுத்திவிடுவார்கள், தன்னுடைய அறிவை எடுத்துக் கொள்வார்கள், தன் செல்வாக்கைப் பறித்துவிடுவார்கள் என்று பயந்ததுண்டா? அவர்கள் என்றும் அவர்களாகவே இருப்பார்கள். விருப்பப்பட்டால் அவர்கள் கொடுப்பார்கள். அது இந்தக் கமலாவிற்கும் பொருந்தும். காதலின்பத்திற்கும் பொருந்தும். கமலாவின் அதிரங்கள் சிவப்பு நிறம்தான், மென்மையானவைதான் யாரையும் கிறங்கடிக்கக் கூடியதுதான். ஆனால் எனது விருப்பத்திற்கு மாறாக ஒரு துளியைக் கூட நுகரமுடியாது. ஆனால் அதே சமயத்தில் காமருசியை எப்படிக் கொடுக்க வேண்டுமென்று அவைகளுக்குத் தெரியும். சித்தார்த்தா, நீ இவற்றையெல்லாம் கற்றுக் கொள்வதற்குத் தகுதியானவன். ஒருவன் யாசிக்கலாம், பரிசாகக் கூடப் பெறலாம். காதல் கடைத் தெருவில் கூட கிடைக்கலாம். ஆனால் அது திருடுவதற்கு உகந்ததல்ல. நீ தவறாகப் புரிந்து கொண்டாய். அதிலும் உன்னைப் போன்ற ஓர் இளைஞன் தவறாகப் புரிந்து கொண்டது வேதனையே!

சித்தார்த்தன் புன்னகை பூத்தான். 'கமலா, நீங்கள் கூறுவது சரியே. வேதனைக்குரியது மிகமிக வேதனைக்குரியது. உங்களுடைய பவள உதட்டிலிருந்தும் சித்தார்த்தனின் உதட்டிலிருந்தும் ஒரு போதும் ஒரு சிறுதுளி இன்பம் கூட வீணாகாது. சித்தார்த்தனிடம் எவை இல்லை - துணி, பணம், நல்ல காலணிகள் என்று நினைக்கிறீர்களே, அவற்றோடு திரும்பவும் வருவான். அதற்கிடையில் எனக்கு ஒரு சில அறிவுரைகளைக் கூற முடியுமா?'

அறிவுரைகளா? அவற்றை யார் வேண்டுமானாலும் கொடுக்கலாம்.

'என்னிடம் இல்லாத இந்த மூன்றும் எங்கு சென்றால் கிடைக்கும்.'

'எல்லோரும் இந்தக் கேள்விக்கு விடை தெரியாமல்தான் இருக்கிறார்கள். இந்த மூன்றும் அனைவருக்கும் கிடைத்துவிட்டால், இங்கே கூட்டம் பெருகிவிடும். நீ கற்றதை முதலீடாக வைத்து பணம் சம்பாதிக்க வழி தேடு! என்று கமலா கண்டிப்பாகக் கூறிவிட்டாள்.

'நான் சிந்தனை செய்யமுடியும், காத்திருக்க முடியும், உண்ணா நோன்பு இருக்க முடியும்.'

'இதைத் தவிர வேறொன்றும் செய்யத் தெரியாதா?'

'நான் பாட்டுக் கட்டுவேன். அதற்கு முத்தம் கிடைக்குமா?'

'உன்னுடைய பாட்டு என் மனதைக் கவரும் விதத்தில் இருந்தால், முத்தத்தைப் பற்றி யோசிக்கலாம்.'

உடனே சித்தார்த்தன் ஒரு பாடலைத் தொடுக்க ஆரம்பித்தான்.

'நந்தவனத்தில் நுழைந்தாள் நாகரிகக் கமலா நாற்புறமும் பார்த்துவிட்டு நாணி நின்ற நான் கோமாளி சாமணா அந்தத் தாமரையைப் பார்த்த பின்பு தலை குனிந்து தாழ்பணிந்தான். அதை ஏற்றுக்கொண்டாள். புன்னகை பூத்து பூரித்துப் போய் புடம் போட்ட சாமணன். பூஜை புனஸ்காரம் புரிய வேண்டியது உனக்கே அன்றி கண்ணுக்கு மறைந்திருக்கும் கடவுளுக்கன்று'

கமலா பலமாக கைதட்டி சிரித்தாள். அவள் அணிந்திருந்த தங்க வளையல்கள் தாளம் போட்டன.

'உன்னுடைய கவிதை மிகமிகப் பிரமாதம். இதற்காக முத்தம் ஒன்று கொடுத்தால் நான் ஒன்றும் இறந்துவிடமாட்டேன்.'

அவள் சித்தார்த்தனை கண்பார்வையாலே தன் அருகில் இழுத்து விட்டாள். முகத்தோடு முகம் சேர்த்தாள். உதட்டோடு உதட்டைப் பதித்தாள். அப்படி ஓர் ஆழமான முத்தத்தை கமலா இதுவரை யாருக்கும் கொடுத்ததில்லை. சித்தார்த்தன் நிலை குலைந்து போனான். இதுவரை அவன் கற்றறிந்திராத பலவற்றை இந்த ஒரு முத்தத்திலிருந்து கற்றுக் கொண்டான். அவனை இழுத்தாள், பின்னுக்குத் தள்ளினாள். மீண்டும் இழுத்து

அணைத்தாள். இது மாதிரியான கோடி முத்தங்கள் அவனுக்காகக் காத்திருந்தன. அவை ஒவ்வொன்றும் ஒருவகை. அநேகத்தை உணர்த்தின. சித்தார்த்தன் செய்வதறியாது நின்றான். மூச்சை ஆழமாக உள்ளிழுத்து விட்டான். அந்த நிமிடத்தில் ஒரு குழந்தையைப் போல் அதிர்ந்து போய் நின்றுவிட்டான். ஒரு முத்தம் எவ்வளவு அறிவை, பாடத்தை உணர்த்தி இருக்கிறது.

'உன்னுடைய கவிதை மிகமிக அருமை. நான் கோடீஸ்வரியாக இருந்திருந்தால், உனக்கு பணம் கொடுத்திருப்பேன். ஆனால் இங்கு ஒன்று கூற விரும்புகிறேன். நீ இதைப் போல் கவிதை பாடி எப்பொழுது சம்பாதித்து எனக்குக் கொடுத்து எனக்கு நண்பனாகப் போகிறாய். இது நடக்கிற காரியமா?'

'சரி, உன்னிடம் முத்தம் பெற என்ன செய்ய வேண்டும்'. சித்தார்த்தன் பிதற்ற ஆரம்பித்தான்.

'என்னிடம் அன்றாடத் தேவைக்கான அனைத்தும் உள்ளது. நீ என்ன செய்யப் போகிறாய்?' 'உனக்கு தியானம் செய்வது, விரதம் இருப்பது, பாட்டுக்கட்டுவது இதைத் தவிர வேறு ஏதும் தெரியாதா?'

'எனக்கு வேள்விகள் செய்யும் போது பாடும் பாட்டுகள் தெரியும். ஆனால் அவற்றை இனி பாடுவதாக இல்லை. மந்திரம் சொல்லத் தெரியும். அவைகளையும் இனி உச்சரிப்பதாக இல்லை. புனித நூல்களைப் படித்திருக்கிறேன்.'

'நிறுத்து உனக்கு எழுதப் படிக்கத் தெரியுமா?

'நிச்சயம், அதுதான் அநேகம் பேருக்குத் தெரியுமே!'

'இல்லை, இல்லை பலருக்குத் தெரியாது. ஏன் எனக்குத் தெரியாதே. நன்றாகப் போய்விட்டது. நீ மந்திரங்கள் சொல்ல வேண்டிய அவசியமும் ஏற்படலாம்.'

அந்த சமயத்தில் வேலைக்காரன் ஒருவன் அவசரமாக உள்ளே நுழைந்து கமலாவின் காதில் ஏதோ கிசுகிசுத்தான்.

'என்னைக் காண ஒரு விருந்தாளி வந்திருக்கிறார். நீ இப்பொழுது இங்கே இருக்கவேண்டாம். நீ இந்த இடத்தை விட்டு

உடனே மறைந்துவிடு. நான் உன்னை நாளை பார்க்கிறேன். கமலா அவசரப்பட்டாள்.

ஒரு வேலைக்காரனை அழைத்து கமலா சித்தார்த்தனுக்கு ஒரு வெள்ளை அங்கியைக் கொடுத்தாள். அங்கே என்ன நடக்கிறது என்பதை அறிவதற்கு முன்பே, சித்தார்த்தனை ஒரு வேலைக்காரன் ஒரு மாற்று வழியிலே தோட்டத்தின் பின்னால் இருந்த வீட்டிற்கு தர தர வென்று அவசரமாக அழைத்துச் சென்று விட்டான். 'இந்த வெள்ளை அங்கியை அணிந்து கொண்டு, யாரும் உன்னைப் பார்ப்பதற்கு முன்பு, எவ்வளவு சீக்கிரமாக இந்த இடத்தைவிட்டு வெளியேற முடியுமோ அவ்வளவு, விரைவாக ஓடி மறைந்துவிடு' என்று வேலைக்காரன் அவசரப்படுத்தினான்.

காட்டிற்குள்ளும் புதருக்குள்ளும் நடப்பதும் மறைவதும் ஓடுவதும் சித்தார்த்தனுக்கு ஒன்றும் புதிதல்ல. வேலைக்காரன் கட்டளைப்படி வேகமாக நடந்து மறைந்தான்.

'வேலைக்காரன் கொடுத்த வெள்ளை அங்கியை கக்கத்தில் இடுக்கிக்கொண்டு, ஒரு மனநிறைவோடு நகரத்தை அடைந்தான். அங்கே ஒரு சத்திரத்தின்முன் வழிப்போக்கர்களுக்காக உணவு வழங்கப்படுவதை கவனித்த சித்தார்த்தன் அங்கு சென்று யாசித்து உணவைப் பெற்றான். கிடைத்த ஒரு கவளத்தை அமைதியாகப் பெற்றுக் கொண்டான். நாளைக்கு இங்கே வந்து பிச்சைக்காக நிற்கவேண்டிய அவசியம் இருக்காது என தனக்குத் தானே நினைத்துக்கொண்டான்.

ஏதோ அவனுள்ளில் ஒரு வகையான கர்வம் மேலோங்கி இருந்தது. அவன் இப்பொழுது ஒரு சாமணன் இல்லை. எனவே பிச்சை எடுக்கக் கூடாது. பிச்சை எடுத்து உண்பது சாமணனுக்கு உரியது. தான் பெற்ற அந்த ஒரு கவளச் சோற்றையும் அருகிலிருந்த ஒரு நாய்க்குக் கொடுத்து விட்டு, அன்று உணவு உண்ணாமல் பொழுதைக் கழித்தான்.

இங்கே வாழ்க்கையைக் கழிப்பது மிக எளிது. எந்தப் பிரச்சினையும் இல்லை. சாமண வாழ்க்கை மிகக் கடினமானது. சிக்கல் நிறைந்தது. இலக்கற்றது. இப்பொழுது இங்கே எல்லாமே

எளிது. கமலாவிற்கு முத்தம் கொடுப்பதைப் போல அவ்வளவு எளிது. எனக்குத் தேவை இப்பொழுது உடுக்க நல்ல ஆடை, பணம். இவைகளைப் பெறுவது ஒன்றும் அசகாய சூரத்தனமான காரியமில்லை.

கமலா வசிக்கும் அந்த நகர வீட்டைப் பற்றி மேலும் அறிந்து கொண்டான். பின்பு மறுநாள் கமலாவைச் சந்தித்தான்.

'எல்லாம் நல்லபடியாக நடக்கிறது. இந்த நகரத்திலேயே மிகப்பணக்காரரான, காமசாமி உன்னை வந்து பார்க்கச் சொன்னார். நீ அவரிடம் சரியாக நடந்து கொண்டால், அவர் உனக்கு வேலை கொடுப்பார். புத்திசாலித்தனமாக நடந்துகொள். உன்னை நான் மற்றவர்கள் மூலம் சிபாரிசு செய்திருக்கிறேன். அவரை நண்பராக்கிக் கொள். அவர் மிக செல்வாக்கு வாய்ந்தவர். ஆனால் மிகவும் கீழ்ப்படிந்து விடாதே. நான் உன்னை அவருடைய நண்பராகப் பார்க்க விரும்புகிறேன். ஒரு வேலைக்காரனாக அன்று. அவருக்கு சரி சமமாக நடந்து கொள். அதுதான் எனக்குப் பிடிக்கும். உன் மீது எனக்கு ஒரு மதிப்பு ஏற்படும். காமசாமிக்கு வயதாகிவிட்டது. முன்பு போல் அவரால் வேகமாக செயல்பட முடியவில்லை. உன் வேலையால் நடத்தையால் அவரைக் கவர்ந்து விட்டால், அவர் உன் மீது முழு நம்பிக்கை வைக்க ஆரம்பித்து விடுவார்.

சித்தார்த்தன் கமலாவிற்கு நன்றி கூறத் தவறவில்லை. வாய் விட்டுச் சிரித்தான். அவன் நேற்றும் இன்றும் ஏதும் சாப்பிடவில்லை என்பதை அறிந்த கமலா அவனுக்காக ரொட்டியையும், பழங்களையும் கொண்டுவரச் சொல்லிக் கொடுத்தாள். பின்பு சித்தார்த்தனுடன் சம்பாஷணையில் ஈடுபட்டாள்.

'சித்தார்த்தா, நீ ஒரு யோகக்காரன். உன்னுடைய யோகத்திற்கு ஒரு கதவிற்குப் பின்னால் ஒரு கதவு திறந்து கொண்டே இருக்கிறது. உனக்கு மட்டும் எப்படி நடக்கிறது. உன்னிடம் ஏதோ ஒரு வசியம் இருக்கிறது.

'நான் நேற்றே கூறினேன் அல்லவா. எனக்கு தியானம் செய்ய, காத்திருக்க, விரதம் மேற்கொள்ளத் தெரியும் என்று அவைகள்

எவ்வளவு உபயோகமானவை என்பது உங்களுக்குப் போகப் போகத் தெரியும். காட்டில் திரிந்த இந்த முட்டாள் சாமணன் எப்படி கற்றுக்கொள்கிறான், எவ்வளவு உபயோகமானவற்றைத் தெரிந்து வைத்துள்ளான் என்று கூடிய சீக்கிரமே அறிவீர்கள். முந்திய நாள் வரை நான் அழுக்கடைந்த ஒரு பிச்சைக்காரன். நேற்று கமலாவை முத்தமிட்டவன். நான் நாளை ஒரு வியாபாரி, நீங்கள் எதையெல்லாம் விலைமதிப்பானது என்று கருதுகிறீர்களோ அவையெல்லாம் என்னிடம் இருக்கும். 'அதெல்லாம் சரி, நான் இல்லாமல் அவற்றையெல்லாம் எப்படி பெற்றிருக்க முடியும். இந்தக் கமலா உதவியிராவிட்டால், நீ எங்கே இருந்திருப்பாய் ?'

'என் அன்பு கமலா, உன் நந்தவனத்துக்குள் வரும் போது முதல் அடி எடுத்து வைத்தவன் நான்தான். உன்னைப் போன்ற ஓர் அழகான பெண்ணிடமிருந்து காதலைக் கற்றுக் கொள்ளவேண்டும் என்ற தீராத ஆசையில் இருந்தேன். எந்த நேரத்தில் இந்த முடிவெடுத்தேனோ அந்த நிமிடத்திலிருந்து அந்த குறிக்கோளிலேயே ஆடாமல் அசையாமல் நின்றேன். எப்படியும் இதை முடித்துக் காட்டுவேன் என்று எனக்கு நன்றாகவே தெரியும். நீயும் எனக்கு உதவி புரிவாய் என்று தெரியும். இதை உன் முதல் கடைக்கண் பார்வையிலேயே நந்தவனத்தின் நுழைவாயிலிலேயே தெரிந்து கொண்டேன்.

'நான் இதை விரும்பவில்லையாயின் என்ன செய்திருப்பாய் ?'

'நீங்கள் விரும்பியதை நான் கவனிக்கத் தவறவில்லை. ஒரு கல்லை தண்ணீரினுள் எரியும் போது அது சீக்கிரமாகவே தரையைத் தொட்டுவிடும். அதைப் போல் சித்தார்த்தன் ஒரு இலக்கை நிர்ணயித்து விட்டால், அதை அடையாமல் விடமாட்டான். அதற்காக சித்தார்த்தன் ஒன்றும் செய்வதில்லை. அவன் காத்திருக்கிறான். தியானம் செய்கிறான். விரதமிருக்கிறான். ஆனால் இந்த உலக வாழ்க்கைக்குள் நீருனுள் சென்ற கல்லைப் போல் செல்கிறான். அதுவும், எதுவுமே செய்யாமல், எந்தச் சலனமுமில்லாமல் அவன் கவரப்படுகிறான். அவனே விழுந்துவிடுவான். அவன் நிர்ணயித்த இலக்கால்

ஈர்க்கப்படுகிறான். அதை அடையும் வரை அதை எதிர்க்கும் எந்த சக்தியையும் குறுக்கே வரவிடுவதில்லை. இதைத்தான் சித்தார்த்தன் சாமணர்களிடமிருந்து கற்றுக் கொண்டான். இதைத்தான் முட்டாள்கள் மாயம் என்கிறார்கள் மந்திரம் என்கிறார்கள். தேவதைகளால் ஆகின்றன என்கிறார்கள். தேவதைகளால் ஆவது ஒன்றுமில்லை. ஏன் தேவதைகளே இல்லை. எல்லோரும் மாய மந்திரம் செய்யலாம். எவரும் நிர்ணயித்த இலக்கை அடையலாம். அதை அடைய அவர்கள் ஆழ்ந்து யோசிக்க வேண்டும். காத்திருக்க வேண்டும், விடாப்பிடியாக விரதம் மேற்கொள்ள வேண்டும்.

கமலா அவனை கவனித்தாள். அவனுடைய குரல் வளத்தை ரசித்தாள். அவனுடைய கண்களின் பார்வையை மோகித்தாள்.

'ஆனால் நீ கூறுவது உனக்கு மட்டுமே பொருந்தும் என நினைக்கிறேன். ஏனென்றால் நீ ஓர் அழகன். உன் பார்வை எவரையும் கவர்ந்திழுக்கக் கூடியது!' என்று கமலா அமைதியாகக் கூறினாள்.

எனது ஆசானே அப்படியே இருக்கட்டும். என்னுடைய பார்வை உங்களை வசீகரிக்கட்டும். உங்களிடமிருந்து எனக்கு யோகமடிக்கட்டும்' என்று கூறிய சித்தார்த்தன் கமலாவை முத்தமிட்டுவிட்டு விடைபெற்றான்.

ஒருவன் இலக்கை நிர்ணயம் செய்வதோ, அதை அடைவதோ, பெரிய கடினமான காரியம் இல்லை. ஒருவனிடம் எது இல்லையோ, அதைத்தான் அவன் இலக்காக நிர்ணயிக்கிறான். பணமில்லாதவன் அல்லது அதை இழந்தவன், பணத்தை இலக்காக நிர்ணயம் செய்கிறான். அன்புக்காக ஏங்குபவன், காதலை நிர்ணயம் செய்கிறான். பலராலும் ஒதுக்கப்பட்டவன், மதிப்பு மரியாதையை இலக்காக நிர்ணயம் செய்கிறான். இதை முயற்சித்தால் அடைந்துவிடலாம். ஆனால் இலக்கை நிர்ணயிப்பது முட்டாள்தனம். உதாரணமாக 100 மைல் கடந்து ஒரு கோடை வாசஸ்தலம் போக இலக்கு நிர்ணயிக்கப்படுகிறது என்று வைத்துக் கொள்வோம். அது இலக்காக இருக்கும் போது, இடையில் தென்படும் இயற்கை அழகை ரசிக்கத் தவறுகிறோம். சரி அந்த நிர்ணயித்த இலக்கை

அடைந்தவுடன், எப்பொழுது திரும்புவது என்ற எண்ண ஓட்டமே தவிர அந்த இலக்கும் நழுவுகிறது. போகிற போக்கில் இயற்கையை அனுபவிக்கக் கற்றுக் கொண்டால், வேதனை இல்லை. இப்படித்தான் நாம் வாழ்க்கையை இழந்துவிடுகிறோம். இலக்குகளை நிர்ணயம் செய்துவிட்டு வாழ்க்கையைத் தொலைத்து விடுகிறோம். நம்மை மரணம் முந்திக் கொள்கிறது. நாம் தோற்றுவிடுகிறோம். அன்றாட வாழ்க்கையை அப்படியே ரசிக்கத் தொடங்குங்கள். நம்மால் எதையும் மாற்றிவிட முடியாது. மகாபாரதத்தில் தர்மன் ஆட்சியைப் பிடிப்பதற்கு என்னென்ன அதர்ம வேலைகளில் ஈடுபட்டான். 36 ஆண்டுகள் ஆட்சி செய்தான். ஒரு நாள் கூட நிம்மதியாக இல்லை. இது அவன் கூறும் வாக்கு. போரில் வாரிசுகள் அனைவரையும் இழந்தபின்பு, ஆட்சிப் பொறுப்பே வேண்டாமென்றல்லவா அடம்பிடித்தான். அவன்மீது ஆட்சிப் பொறுப்பு திணிக்கப்பட்டது. இதுதான் விதி.

❖ ❖ ❖

6
மக்களுக்கு மத்தியில்

வியாபாரி காமசாமியைக் காண சித்தார்த்தன் விரைந்தான். விலை உயர்ந்த ரத்தினக் கம்பளங்கள் விரிக்கப்பட்டிருந்த அழகிய மாளிகைக்குள் சித்தார்த்தன் காமசாமியின் வேலையாட்களால் அழைத்துச் செல்லப்பட்டான்.

முதிர்ந்த ஆனால் வசீகரத் தோற்றம் கொண்ட காமசாமி வந்தார். அவருடைய புத்திசாலித்தனம் கண்களில் தென்பட்டது. அவருடைய நாவன்மையை அவருடைய இதழ்கள் அடையாளம் காட்டின. காமசாமியும் சித்தார்த்தனும் ஒருவரை ஒருவர் வணங்கிக் கொண்டனர்.

'நீ ஒரு பிராமணன், படித்தவன், ஒரு வியாபாரியிடம் வேலை செய்ய விரும்புகிறாய் என்று கேள்விப்பட்டேன். உனக்கு வேலை செய்ய விருப்பம்தானே! வேலை உனக்குத் தேவைதானே!'

'இல்லை, எனக்கு வேலை செய்யத் தேவை இல்லை. எனக்கு அப்படி ஒரு தேவை எப்பொழுதும் இருந்ததில்லை. நான் சாமணக் கூட்டத்தில் அநேக ஆண்டுகள் வாழ்ந்தவன்.'

'சாமணக் கூட்டத்திலிருந்து வந்தால் மட்டும் தேவை எதுவும் இருக்காதா. சாமணர்களுக்கு உடைமைகள் என்று எதுவும் கிடையாதா?'

'எனக்கென்று எதுவுமில்லை. நிச்சயமாக என்னிடம் எதுவுமில்லை. ஆனால் என்னிடம் என்னுடைய மனம் போன

போக்கில் போவதற்கு சுதந்திரம் மட்டும் உள்ளது. எனவே எனக்குத் தேவை என்று எதுவுமில்லை.'

'உடைமைகள் ஏதுமில்லாமல் வாழ்க்கை நடத்துவது எப்படி?'

'நான் அதைப்பற்றி ஒருபோதும் சிந்தனை செய்ததில்லை. கடந்த மூன்று ஆண்டுகளாக எந்த உடைமைகளும் இல்லாமலேதான் வாழ்ந்திருக்கிறேன். எதைக் கொண்டு வாழவேண்டும் என்று நான் ஒரு போதும் சிந்தனை செய்ததில்லை.'

'அப்படியென்றால் நீ அடுத்தவன் உடைமைகளில் வாழ்க்கை நடத்தினாயா?'

'அப்படிப்பார்க்கப் போனால், ஒரு வியாபாரியும் அடுத்தவன் உடைமைகளில்தான் வாழ்க்கை நடத்துகிறான்.'

'நன்றாகப் பேசுகிறாய். வியாபாரி எதையும் இலவசமாகப் பெறுவதில்லையே ஒன்றைக் கொடுத்துத்தானே மற்றதைப் பெறுகிறான்.'

'அதுதான் வாழ்க்கை செல்லும் வழி. ஒவ்வொருத்தரும் கொடுக்கிறார்கள். ஒவ்வொருத்தரும் பெறுகிறார்கள்.'

'அதுசரி ஒன்றமில்லாத உன்னால் எதைக் கொடுக்க முடியும்?'

'ஒவ்வொருவரும் அவர்களிடமுள்ளதைக் கொடுக்கிறார்கள். ஒரு வீரன் அவனுடைய வலிமையைக் கொடுக்கிறான். வியாபாரி பொருட்களைக் கொடுக்கிறான். ஆசிரியன் அறிவைக் கொடுக்கிறான், விவசாயி அரிசியைக் கொடுக்கிறான். மீனவன் மீனைக் கொடுக்கிறான்.'

'நல்லது, உன்னால் என்ன கொடுக்க முடியும். நீ எதைக் கொடுப்பதற்கு கற்று வைத்திருக்கிறாய்?'

'என்னால் சிந்தனை செய்ய முடியும். காத்திருக்க முடியும். விரதமிருக்க முடியும்.'

'இவ்வளவுதானா?'

'அவ்வளவே.'

'இவைகளால் என்ன பயன். விரதமிருப்பது என்பது ஒரு பொருள் அல்லவே!'

'அது மிக மதிப்பு வாய்ந்தது. உண்பதற்கு எதுவும் கிடைக்காத போது, விரதமிருப்பதே ஒருவர் செய்யும் அறிவுப்பூர்வமான வேலை. உதாரணமாக, இதை சித்தார்த்தன் கற்று வைத்திருக்க-வில்லை என்றால், அவனுக்குப் பசி எடுத்தவுடன், என்னிடமோ, உன்னைப் போன்ற வேறு ஒரு வியாபாரியிடமோ வேலை செய்தே ஆகவேண்டும். பசி அவனை அதை நோக்கித் தள்ளிவிடும். ஆனால், சித்தார்த்தன் அமைதியாக காத்திருக்க முடியும். சித்தார்த்தன் ஒருபோதும் பொறுமை இழந்தவன் அல்லன். அவனுக்குத் தேவை என்பது இல்லை. அவன் பசியை நெடுநேரம் பொறுத்துக்கொள்ள முடியும். அதுமட்டுமல்ல அதைப்பார்த்து சிரிக்க முடியும். அதனால் விரதமிருக்கத் தெரிவது மிக மிக உபயோகமானது.'

'சாமணா, சரியாகச் சொன்னாய். சரி, சிறிது காத்திரு.'

காமசாமி சிறிது நேரம் கழித்து வந்து ஒரு சுருளை சித்தார்த்தனிடம் கொடுத்து 'இதை உன்னால் படிக்க முடியுமா ?' என்று கேட்டார்.

அந்தச் சுருளில் விற்பனை ஒப்பந்தம் ஒன்று எழுதப்பட்டிருந்தது. அதை சித்தார்த்தன் படிக்க ஆரம்பித்தான்.

'பிரமாதம். நான் ஒரு காகிதம் தருகிறேன். அதில் எனக்காக ஏதாவது எழுது' என்றார் காமசாமி.

காமசாமி கொடுத்த காகிதத்தையும் பேனாவையும் பெற்றுக்கொண்டு, சித்தார்த்தன் எதையோ எழுதி காமசாமியிடம் கொடுத்தான்.

அதைப் படித்துவிட்டு, 'எழுதுவது நல்லது. சிந்தனை செய்வது அதை விட நன்று. புத்திசாலித்தனம் நல்லது. பொறுமை அதை விட நன்று' என்று காமசாமி கூறினார்.

'நீ நன்றாக எழுதுகிறாய். நாம் பகிர்ந்து கொள்ள வேண்டிய விஷயங்கள் ஏராளமாக இருக்கின்றன. ஆனால் இன்றைக்கு நீ

என் வீட்டில் என்னுடைய விருந்தாளியாகத் தங்கியிரு' என காமசாமி பரிவு காட்டினார்.

சித்தார்த்தன் அதற்கு நன்றி கூறிவிட்டு தங்குவதற்கு சம்மதித்தான். சித்தார்த்தனுக்கு நல்ல துணி மணிகள் காலணிகள் வழங்கப்பட்டன. தினமும் அவன் குளிப்பதற்கு வேலைக்காரர்கள் ஏற்பாடு செய்தார்கள். இரண்டு வேளை சாப்பிடுவதற்கு நல்ல உணவு வழங்கப்பட்டது. ஆனால் சித்தார்த்தன் ஒருவேளை மட்டுமே சாப்பிட்டான். அவன் அசைவ உணவோ மதுவோ எடுத்துக் கொள்வதில்லை. காமசாமி சித்தார்த்தனிடம் வியாபார யுக்திகளைப் பற்றியும், கணக்கு எழுதுவது பற்றியும், தான் செய்யும் வியாபாரம் பற்றியும் விரிவாகப் பேசினார், சித்தார்த்தன் அநேகத்தைக் கற்றுக்கொண்டான். அதிகமாகக் கேட்டான். சிறிதளவே பேசினான். நீ ஒருபோதும் காமசாமியின் அடிமைபோல் நடந்துகொள்ளாதே. அவனுக்கு சரிசமமாகவோ அல்லது அதற்கு மேலோ உன்னை நிறுத்திக்கொள் என்று கமலா கூறிய அந்த வார்த்தைகளை சித்தார்த்தன் ஒரு போதும் மறக்கவில்லை. காமசாமி தன்னுடைய வியாபாரத்தை அதி கவனத்துடனும் ஊன்றிய ஆர்வத்துடனும் கவனித்து வந்தார்.

ஆனால் சித்தார்த்தனுக்கு இது ஒரு விளையாட்டாகவே இருந்தது. சித்தார்த்தன் வியாபார நுணுக்கங்களைக் கற்றுக் கொண்டால் கூட, அதில் அவன் மனம் முழுமையாக ஈடுபடவில்லை.

காமசாமி வீட்டில் அவரது வியாபாரத்தில் ஈடுபட்டிருந்தாலும், சித்தார்த்தனின் மனம் கமலாவிடமே இருந்தது. வியாபார நேரம் முடிந்தவுடனே நேராக கமலாவைத் தேடிச் சென்றான். போகும் போதெல்லாம் அழகான துணிமணிகள், விலையுயர்ந்த காலணிகள், பரிசுப் பொருட்கள் இவைகளுடனே சென்று பார்த்தான். அவளுடைய கோவைப்பழ இதழ்களிலிருந்து சித்தார்த்தன் பலவற்றைக் கற்றுக் கொண்டான். சித்தார்த்தன் காதல் விளையாட்டுகளில் ஒரு சாதாரண கத்துக்குட்டி. அவன் அதில் ஆழமாக மூழ்கி கண்மூடித்தனமாக விழுந்து பலவற்றையும் கற்றுக் கொள்ள ஆவலுற்றான். அவளுடைய பட்டுப் போன்ற மிருதுவான கைகள் காமக் களியாட்டங்கள் பலவற்றை சித்தார்த்தனுக்குக் கற்றுக் கொடுத்தன. அவளுடைய ஒவ்வொரு

பார்வையும், ஒவ்வொரு முத்தமும், தீண்டலும், சமிஞ்சையும், செல்லக் கோபமும், அசைவும் அவனை அதிகமாகவே கிறங்கடித்தன. உடம்பின் ஒவ்வொரு பாகத்தை கமலா தொடும் போதும், ஒரு காம ரகசியம் வெளிப்பட்டது. அதை முழுமையாக அறியும் போதே அதனுடைய கிளர்ச்சியை இன்பத்தை அனுபவிக்க முடியும்.

காதலும் காதலியும் கூடிக் களவிய பின்பு, ஒருவரை ஒருவர் வியந்து போற்றி பாராட்டாமல் விலகிவிட்டால் அது காதலாகாது. கசப்பே மிஞ்சும். ஒருவரை ஒருவர் காமத்தில் வெற்றி கொள்ள வேண்டும். தோற்றுப் போவதாகவும் வேண்டும். அப்பொழுதுதான் முழுத் திருப்தி கிடைக்காத உணர்வும், கிடைத்த உணர்வும் இரண்டறக் கலந்து கிட்டும். அப்பொழுதுதான் காமத்தில் ஒருவரும் போகப் பொருள் அல்ல என்று விளங்கும். இப்படி பல பரிமாணங்களை கமலா சித்தார்த்தனுக்குக் கற்றுக் கொடுத்தாள். இப்படி புத்திசாலித்தனமான, அழகிய விலை மாதுடன், சித்தார்த்தன் ஒரு மாணவனாக, நண்பனாக, காதலனாக பல மணி நேரம் தினமும் கழித்தான். இப்படியாக சித்தார்த்தனின் தற்போதைய வாழ்வின் மதிப்பும் அர்த்தமும் கமலாவால் கொடுக்க முடிந்ததேயன்றி காமசாமியின் வியாபாரம் அல்ல.

காமசாமி முக்கியக் கடிதங்கள் மற்றும் ஆர்டர்கள் எழுதுவதை சித்தார்த்தனிடம் ஒப்படைத்தார். காலப்போக்கில் முக்கியமான முடிவுகளை சித்தார்த்தனிடம் கேட்காமல் காமசாமி எடுப்பதில்லை. சித்தார்த்தன் சிறிது சிறிதாக வியாபார யுக்திகளையும் காமசாமி விற்கும் வியாபாரப் பொருட்களையும், வெளியில் அவற்றை அனுப்புவதையும் தெரிந்து கொண்டான். இருந்த போதிலும் சித்தார்த்தனுக்குப் பதட்டமோ, நிலை பிறழ்வோ ஏற்படுவதில்லை. புதியவர்களிடம் பழகுவதிலும் அவர்களுடன் நட்புக் கொள்வதிலும் மிகத் தேறிவிட்டான். ஏனென்றால் இவன் அதிகம் கேட்டான். கொஞ்சம் பேசினான்.

'இந்த பிராமணன் ஒரு சிறந்த வியாபாரி இல்லை. வருங்காலத்திலும் ஆகப் போவதில்லை. வியாபாரத்தில் தன்னை மறந்து மூழ்குவதுமில்லை. ஆனால் இவனிடம் ஏதோ ரகசியம் இருக்கிறது. ஏனென்றால், வியாபாரத்தில் வெற்றி தன்னாலே

இவனை நோக்கி வருகிறது. இவன் பிறந்த நேரமா, யோகமா, மாயமந்திரமா அல்லது சாமணர்களிடமிருந்து கற்றுக் கொண்டானா, ஒன்றுமே புரியவில்லை. எப்பொழுதும் வியாபாரத்தை விளையாட்டாக எடுத்துக்கொள்கிறான். இவன்மீது வியாபாரத் தாக்கம் எதுவுமில்லை. வியாபாரத்திற்கு இவன் அடிமையாவதில்லை. தோல்வி கண்டு அஞ்சுவதில்லை. வியாபாரத்தில் நஷ்டம் ஏற்படுமென்று பயப்படுவதுமில்லை' என்று அடிக்கடி காமசாமி நண்பர்களிடம் சித்தார்த்தனைப் பற்றி சிலாகித்துக் கொள்வார்.

இதைக் கேட்ட ஒரு நண்பர், 'காமசாமி அவன் உனக்காகச் செய்யும் வியாபாரத்தில் கிடைக்கும் லாபத்தில் மூன்றில் ஒருபங்கை இவனுக்குக் கொடு. நஷ்டம் வந்தாலும் மூன்றில் ஒரு பங்கை அவன் ஏற்க வேண்டும். இப்படிச் செய்தால் சித்தார்த்தனின் ஆர்வம் வியாபாரத்தில் பெருகுமல்லவா?' என்று அறிவுரை கூறினார்.

இதை ஏற்றுக்கொண்ட காமசாமி, சித்தார்த்தனிடம் இதை அமல்படுத்த எண்ணினார். சித்தார்த்தன் லாபம் வரும்போது ஏற்றுக்கொண்டான். நஷ்டம் வரும்போது அதை ஏற்றுக் கொள்ள மறுத்ததோடு, சிரிக்க ஆரம்பித்தான், நஷ்டத்தை மிகச் சாதாரணமாக எடுத்துக்கொண்டான்.

சித்தார்த்தன் வியாபாரத்திற்கு மிகவும் உகந்தவனாகத் தென்படவில்லை. ஒருமுறை அதிகமான அளவில் அரிசி கொள்முதல் செய்வதற்காக சித்தார்த்தன் ஓர் ஊருக்கு

அனுப்பப்பட்டான். அந்த ஊரை அடைந்தபோது, மற்றொரு வியாபாரி அனைத்து அரிசியையும் வாங்கிச் சென்றுவிட்டதை அறிந்தான். இருந்தபோதிலும் உடனே திரும்பி வராமல் சித்தார்த்தன் அந்த ஊரிலே பல நாட்கள் தங்கி விட்டான். அந்த ஊர் விவசாயிகளிடம் நெருங்கிப் பழக ஆரம்பித்தான். தன்னிடமிருந்த பணத்தை அந்த ஊரிலிருந்த குழந்தைகளுக்கு வாரி வழங்கினான். அங்கே நடந்த ஒரு கல்யாணத்தில் கலந்து கொண்டான். சில நாட்கள் கழித்து தன்னுடைய பயணத்தின் முழுமையை உணர்ந்து அனுபவித்தவன் போல் சித்தார்த்தன் காமசாமியிடம் வந்தான். காமசாமி சித்தார்த்தனை மிகவும் கடிந்து கொண்டார். சீக்கிரமே திரும்பி இருக்கலாம். பணத்தை வேறு விரயம் செய்துவிட்டான். இதைக் காமசாமியால் பொறுத்துக் கொள்ள முடியவில்லை.

'ஒருவரைத் திட்டுவதால் ஒன்றும் ஆகிவிடப் போவதில்லை. என்னால் நஷ்டம் ஏற்பட்டிருந்தால் அதை நான் முழுமையாக ஏற்றுக்கொள்கிறேன். நான் இந்தப் பயணத்தின் மூலம் பலருடன் பழகும் சந்தர்ப்பம் கிடைத்துள்ளது. ஒரு பிராமண நண்பன் கிடைத்துள்ளான். சிறு பிள்ளைகள் என் மீது விழுந்து புரண்டு விளையாடினார்கள். அவர்களுடைய வயல்களை எனக்குக் காண்பித்தனர். என்னை ஒரு வியாபாரியாக யாரும் கருதவில்லை. அப்படி நடந்து கொள்ளவுமில்லை' என்று சித்தார்த்தன் நிதர்சனமாக பதிலளித்தான்.

'எல்லாம் சரிதான். நீ ஒரு வியாபாரி என்பதை மறந்து விட்டாயே. உன்னுடைய இந்தப் பயணம் உல்லாசப் பயணம் அல்லவே.'

'ஆம், நிச்சயம் என்னுடைய இந்தப் பயணம் உல்லாசப் பயணம்தான். எனக்கு அநேக மக்களுடன் பேசும் வாய்ப்பு கிடைத்தது. பல புதிய இடங்களைக் கண்டேன். நம்பிக்கையையும், உறவுகளையும் நேசித்தேன். நான் காமசாமியாக இருந்திருந்தால், அரிசி கொள்முதல் செய்யாததற்கு வருந்தி இருப்பேன். உடனே திரும்பியும் இருப்பேன். ஆனால் எனக்கு எந்த வருத்தமும் இல்லை. நான் பல நாட்களை இன்பமாகக் கழித்தேன். அநேகத்தைக் கற்றுக் கொண்டேன். சுவாரஸ்யமான இன்பமான வாழ்க்கையை

அனுபவித்தேன். நான் யாரையும் புண்படுத்தவில்லை. யார் மீதும் எரிச்சலோ கோபமோ படவில்லை. நான் மறுபடியும் அந்த இடத்திற்கு அரிசி வாங்குவதற்கு காமசாமிக்காககோ அல்லது வேறொருவருக்காககோ போக வேண்டி இருந்தால், என்னை மனமுவந்து அந்த மக்கள் வரவேற்பார்கள். என்னை எதிர்பார்த்து வேறு யாருக்கும் அரிசியை விற்கமாட்டார்கள். சரி நடந்தவை நடந்ததாகவே இருக்கட்டும் என்னை நிந்தித்து உங்களைக் காயப்படுத்திக் கொள்ள வேண்டாம். சித்தார்த்தனால் நமக்குத் தீமையே நஷ்டமே என்று நீங்கள் நினைக்கும் அந்த நிமிடத்தில் சித்தார்த்தனிடம் ஒரு வார்த்தை கூறுங்கள். அவன் விலகிச் சென்றுவிடுவான். அதுவரை நாம் நல்ல நண்பர்களாக இருப்போம்.

''என்னுடைய சோற்றைத் தின்கிறாய். எனவே எனக்கு உண்மை ஊழியம் செய்ய வேண்டும்'' என்று காமாசாமி எவ்வளவு சொல்லியும் சித்தார்த்தன் அதையெல்லாம் காதில் போட்டுக்கொள்ளவில்லை. ஒரு வகையில் பார்த்தால் அனைவரும் அடுத்தவருடைய சோற்றில்தான் வாழ்கிறோம். இது சித்தார்த்தனின் மனஓட்டம். எனவே அவன் எதையும் கண்டு கொள்வதாக இல்லை. காமசாமியின் தொல்லைகளைப் பற்றி சிறிது கூட கவலைப்படவில்லை. ஆனால் காமசாமிக்குப் பல தொல்லைகள் இருந்தன. ஒரு வியாபார ஒப்பந்தத்தை முடிக்க முடியாமல் போனாலோ, அனுப்பிய பொருட்கள் வழியில் தொலைந்து போனாலே, கடன் வாங்கியவர் கொடுக்க முடியாமல் போனாலோ அவைகளைப் பற்றியெல்லாம் சித்தார்த்தன் கலங்கியதே இல்லை. இப்படியெல்லாம் நடந்தால், ஒருவனுக்கு தூக்கம் கெடும், கோபம் வரும், முகம் சுளிக்கவேண்டி வரும். இதையெல்லாம் சித்தார்த்தன் ஒரு துளிகூட அறிந்திலன்.

ஒருமுறை காமசாமி, வியாபார நுணுக்கங்களையெல்லாம் என்னிடமிருந்து நன்றாக கற்றுக் கொண்டாய் என்று கூறியதற்கு, 'கேலி செய்யாதீர்கள். உங்களிடமிருந்து ஒரு கூடை மீன் என்ன விலை? ஒரு கடனுக்கு எவ்வளவு வட்டி வாங்க வேண்டும்? என்பதை மாத்திரமே கற்க முடியும். அவ்வளவுதான் உங்கள் அறிவு. உங்களிடமிருந்து எப்படி சிந்தனை செய்வது என்று கற்க முடியாது. அதை நீங்கள் என்னிடமிருந்து மாத்திரமே கற்றுக்கொள்ள

முடியும்,' என்று சித்தார்த்தன் காமசாமிக்கு உரைக்கும்படி நக்கலாக பதிலடி கொடுத்தான்.

அவனுடைய மனம் வியாபாரத்தில் துளிகூட ஈடுபடவில்லை. அவனுடைய தேவைக்கு அதிகமாகப் பணம் கிடைக்கவே செய்தது. கமலாவிற்கு பரிசுப் பொருட்கள் வாங்கிக் கொடுக்க வேண்டும். அதற்குப் பணம் தேவை. சித்தார்த்தனின் பரிவும் வேதனையும் மக்கள் படும் துயரம், தெரிந்தும் தெரியாமலும் அவர்கள் அனுபவிக்கும் இன்ப துன்பங்கள் இவைகளைச் சுற்றியே இருந்தது. ஏனென்றால் சித்தார்த்தனுக்கு மக்களுடன் அவன் கொண்டிருந்த தொடர்பு பூமிக்கும் சந்திரனுக்கும் உள்ள தொலைவு. காரணம், மக்கள் வாசனையே இல்லாமல் காட்டிலேயே பலகாலம் அவன் வாழ்க்கையைக் கழித்து விட்டானல்லவா? இருந்த போதிலும் பாமர மக்களுடன் ஒட்டி உறவாடக் கற்றுக் கொண்டு அவர்களுடைய வாழ்க்கையின் ஒவ்வொரு பகுதியிலும் தன்னை இணைத்துக் கொண்டான். பலவற்றை அவர்களிடமிருந்தும் கற்றுக்கொண்டான். ஆனால் பாமர மக்களிடமிருந்து அவனை ஏதோ ஒன்று பிரித்து வேறுபடுத்திக் காட்டிக் கொண்டிருந்தது. இவற்றிற்கெல்லாம் காரணம் அவன் ஒரு சாமணனாக இருந்ததே. மனிதர்கள் விலங்குகளைப் போல் வாழ்வதாகவே அவனுக்குத் தோன்றியது. இதை அவன் ஒரே சமயத்தில் யோசிக்கவும் செய்தான், வெறுக்கவும் செய்தான். மக்கள் கடுமையாக உழைப்பதையும் கண்முன் வேதனைக்குள்ளாவதையும் கண்டான். துன்பத்திலேயே வாழ்ந்து தலைமுடி நரைத்து இருப்பதைக் கண்டான். இவர்களுக்கு சீரான ஆனந்த வாழ்க்கை வாழத் தெரியவில்லை என்பதே அவன் கருத்து. பணத்திற்காகவும், சிறு புகழுக்காவும், மதிப்பிற்காகவும் வாழ்க்கையைத் தொலைத்து விடுகிறார்களே என்று சித்தார்த்தன் மனம் நொந்தான். ஒருவரை ஒருவர் வசைபாடி காயப்படுத்திக் கொள்வதையும் எதைப் பார்த்து சாமணர்கள் சிரித்தார்களோ அதை தலை மேல் சுமந்துகொண்டு வேதனை அடைகிறார்களே இவர்கள் என உருகினான்.

மக்கள் எதைக் கொடுத்தாலும் சித்தார்த்தன் அன்புடன் பெற்றுக் கொண்டான். ஒரு வியாபாரி பட்டுப் பீதாம்பரம் கொடுத்தாலும் பெற்றுக் கொள்வான். ஒருவன் கடன் கேட்டு

வந்தாலும் அவனை இன்முகம் காட்டி வரவேற்பான். பிச்சைக்காரனின் கதையை மிக சுவாரஸ்யாமாக மணிக்கணக்கில் அவனே கூறக் கேட்பான். சாமணர்களைப் போல் நீ அவ்வளவு ஏழை அல்லவே என்று தேற்றுவான். சித்தார்த்தனைப் பொருத்தமட்டில் வெளிநாட்டு வியாபாரியும் ஒன்றுதான். தனவானும் ஒன்றுதான். தனக்கு முடிவெட்டும் சவரத் தொழிலாளியும் ஒன்றுதான். வாழைப்பழம் விற்கும் தள்ளுவண்டிக்காரனும் ஒன்றுதான். அவன் மீதிச் சில்லரையைக் கொடுக்காவிட்டாலும் சித்தார்த்தான் சிரிப்பானே தவிர சினம் கொள்ளமாட்டான். காமசாமி தன்னிடம் வந்து தனது கஷ்டங்களைக் கூறும் போது மிகவும் கவனமாகக் கேட்பான். வியாபாரத்தில் சித்தார்த்தன் செய்யும் தவறுகளைச் சுட்டிக் காட்டும்போது முகம் சுளிக்காமல் மிக ஆர்வமாகக் கேட்பான். அதனைப் புரிந்து கொள்ள முயற்சிப்பான். தவறுகளை ஒத்துக் கொள்வான். காமசாமியைப் புரிந்து கொள்ள முயற்சிப்பான். ஆனால் வேறொரு மனிதன் தன்னைத் தேடி காண வந்தவுடன் காமசாமி கூறுவதற்கு செவிசாய்க்காமல் வந்தவளைக் கவனிக்க ஆரம்பித்து விடுவான். பல வகைப்பட்ட மனிதர்கள் சித்தார்த்தனைத் தேடி வந்தார்கள். சிலர் வியாபாரத்திற்காக வந்தார்கள். சிலர் அவனை ஏமாற்றுவதற்காகவே வந்தார்கள். பலர் அவன் சொல்வதைக் கேட்பதற்காக வந்தார்கள். பலர் அவனது பரிவைப் பெறுவதற்கும், அறிவுரை கேட்பதற்கும் வந்தார்கள். அநேகம் பேருக்கு அறிவுரை வழங்கினான். பாவப்பட்டவர்களுக்கு பரிசுகள் வழங்கினான். தன்னை சிறிது ஏமாற்றுபவர்களைப் பார்த்து சிரித்துக்கொள்வான். மக்கள் எதையெல்லாம் சீரிய வாழ்க்கைப் பிரச்சினை என்று நினைக்கிறார்களோ, அதை வேடிக்கையாக எடுத்துக்கொண்டான். தான் கடவுள் மீதும், ஆன்மா மீதும் எவ்வளவு சீரிய சிந்தனை கொண்டிருந்தானோ அதே அளவு சிந்தனையை இந்த மனிதர்களின் வாழ்க்கையிலும் செலுத்தினான்.

சில சமயங்களில் தன்னுடைய ஆழ்மனதிலிருந்து எழுந்த மிக மெல்லிய, சாத்வீகமான ஒலியானது அவனுக்கு ஏதோ ஒன்றை நினைவூட்டியது. அது சில சமயம் மெதுவாக குற்றம் சாட்டுவது

போன்று இருந்தது. தான் மாறுபட்ட ஒரு வாழ்க்கை வாழ்வதைத் திடீரென அவன் கண்டான். பலவற்றை நாம் செய்து கொண்டிருக்கிறோம். ஆனால் அவை எல்லாம் ஒரு விளையாட்டே. அதனால்தான் உற்சாகமாகவும் சில சமயம் இன்பம் துய்ப்பதாயும் அது அமைந்திருந்தது. ஆனால் அவனுடைய அந்த உண்மை வாழ்க்கை அவனைக் கடந்து சென்று கொண்டிருந்தது.

அது அவனைத் தீண்டவில்லை. ஆர்வமாக விளையாடுபவன் பந்துடன் எப்படி விளையாடுவானோ அதுபோல சித்தார்த்தன் வியாபாரத்துடன் விளையாடிக் கொண்டிருந்தான். தன்னைச் சுற்றியுள்ள மக்களைப் பார்த்தான். அவர்களிடமிருந்து அவனுக்கு ஓர் உற்சாகம் கிடைத்தது. ஆனால் அவனுடைய உண்மை சொரூபம் உண்மை வாழ்க்கை அவனுடைய இதயம் அங்கு இல்லை. அவனுடைய தனித்துவம் வேறெங்கோ வெகுதொலைவில் அலைந்து கொண்டிருந்தது. அப்போதைய வாழ்க்கையோடு தொடர்பேதும் இல்லாதது போல் இருந்தது.

இந்த நினைவுகள் அவனை சில சமயங்களில் அச்சுறுத்தியது. எனவேதான் தனித்து நிற்காமல் மக்களோடு மக்களாக, அவர்களது வாழ்க்கை குழந்தைத்தனமாக இருந்தாலும், அதில் தன்னை ஐக்கியப்படுத்திக் கொண்டான். உண்மையாகவே பங்கெடுத்துக் கொண்டான்.

கமலாவை அடிக்கடி சந்தித்தான். அவளிடமிருந்து காதலை முழுமையாகக் கற்றுக் கொண்டான். காதலில் கொடுப்பதும் வாங்குவதும் ஒன்றே வேறல்ல என்று காதல் அவனுக்குக் கற்றுக் கொடுத்தது. அவளிடம் அதிகமாகப் பேசினான். அநேகத்தைக் கற்றுக் கொண்டான். அறிவுரைகளைக் கொடுத்தான். அதிகமாக எடுத்தான். அவள் சித்தார்த்தனை, கோவிந்தன் அறிந்து வைத்திருந்ததை விட, அதிகமாகப் புரிந்து கொண்டாள். அவள் அவனாகவே மாறிவிட்டாள்.

'கமலா, நீயும் என்னைப் போல்தான். நீ மற்றவர்களிடமிருந்து வேறுபட்டு இருக்கிறாய். நீ கமலாவேதான், மற்றவராக மாற முடியாது. உன்னுடைய ஆழ்மனதில் அமைதி குடி கொண்டிருக்கிறது.

நீ விரும்பியபோது உன்னை ஒரு சரணாலயமாக மாற்றி விடுகிறாய் வேண்டும்போது அதில் சரண் புகுந்து என்னைப் போல் நீயும் நீயாகவே மாறிவிடுகிறாய். இது எல்லோராலும் முடியுமென்றாலும் ஒரு சிலரால் மட்டுமே செய்யக்கூடிய காரியம்' என்று சித்தார்த்தன் ஒரு பிரசங்கமே செய்து முடித்தான்.

'அனைவரும் புத்திசாலிகளல்லர்' என்றாள் கமலா.

'இது புத்திசாலித்தனம் சம்பந்தப்பட்டதல்ல. என்னைப் போல் காமசாமியும் புத்திசாலிதான். ஆனால் அவரிடம் சரணாலயம் இல்லை. மற்றவர்களிடமும் உள்ளது. ஆனால் அதை அறிந்து கொள்ளும் சக்தி அவர்களிடம் இல்லை. மற்றவர்கள் காய்ந்த சருகைப் போய் காற்றால் அலைக்களிக்கப்பட்டு தூக்கி எறியப்படுகிறார்கள். மறுபடியும் தரையிலே விழுந்து விடுகிறார்கள். வேறு சிலர் நட்சத்திரங்களைப் போல. அவர்களை காற்றுகூட அணுக முடியாது. அவர்களுக்கென்று தனி வழிகள் உண்டு. அவர்களை அவர்களே வழிநடத்திக் கொள்வார்கள். இந்த வகையைச் சேர்ந்த, சிறந்த ஞானிகள் என்று போற்றப்படுகிற மனிதர்கள் சிலரை நான் அறிவேன். அவர்களுள் மிகத் தலையாயவர். அவரை என்னால் மறக்கவே முடியாது. அவர்தான் கௌதம புத்தர், ஞானம் பெற்றவர். அவரும் இதைத்தான் போதிக்கிறார். ஆயிரக்கணக்கான இளைஞர்கள் அவருடைய போதனைகளை தினம் தினம் கேட்கின்றனர். அவருடைய வழியைப் பின்பற்றுகின்றனர். ஆனால் அவர்களெல்லாம் மரத்திலிருந்து உதிர்கின்ற காய்ந்த இலைகளைப் போன்றவர்கள். அவர்களை ஞானம் ஒருபோதும் தீண்டியதில்லை. அவர்களுடைய உள்ளுணர்வுப்படி அவர்கள் நடப்பவர்கள் அல்லர்.'

'நீ அடிக்கடி அவரைப்பற்றி பேசுகிறாய். இன்னும் உன்னை விட்டு சாமண வாசனை அகலவில்லை' என்று கமலா கூறிவிட்டு புன்முறுவல் பூத்தாள்.

சித்தார்த்தன் அமைதியானான். இருவரும் காதல் களியாட்டங்களில் மீண்டும் ஈடுபட ஆரம்பித்தனர். கமலா அறிந்து வைத்திருந்த முப்பது நாற்பது கலைகளிலே ஒன்றை சித்தார்த்தனுடன் சோதனை செய்தாள். கமலாவின் உடல்

காட்டுச் சிறுத்தையின் உடல் போல் விரைப்பாயிற்று. வேடனின் வில்லைப் போல் விரைத்து நின்றாள். அவளிடம் காமக் களியாட்டங்களை பலர் கற்றுள்ளனர். பல ரகசியங்களை அறிந்துள்ளனர். சித்தார்த்தனுடன் விளையாட ஆரம்பித்தாள். அவனை இழுத்தாள், தள்ளினாள். அவள் அறிந்த அந்தக் கலையின் உச்சத்தை அவனுக்கு நடைமுறைப்படுத்திக் காட்டினாள். களியாட்டம் தொடர்ந்தது. காலம் நின்றுவிட்டது. சித்தார்த்தன் கடைசியில் அனைத்தையும் இழந்து அவள் அருகில் அமைதியாகப் படுத்துவிட்டான்.

யேசுவிடம் பலரும் சொர்க்கத்தைப் பற்றிப் பலமுறை கேட்டிருக்கின்றனர்.

'கடவுளின் ராஜ்யத்தைப்பற்றி அடிக்கடி தாங்கள் பேசுகிறீர்களே, அங்கே என்ன இருக்கும்.

'என்ன இருக்கும் என்பதை விட என்ன இருக்காது என்று கேளுங்கள். ஆம் அங்கே காலம் என்பதே இருக்காது.' இதைவிட சொர்க்கத்தைப் பற்றி எளிமையாக விவரிக்க முடியாது.

நீங்கள் உங்கள் காதலியின் வருகைக்காகக் கடற்கரை மணலில் காத்திருக்கிறீர்கள். குளிர்ந்த காற்று, கடல் அலைகள் என்ற அந்த இறைவனின் வரப்பிரசாதங்கள் எதையுமே உணர முடியாது. ஒரு மணித்துளி, ஒரு மணி நேரமாகவே அசைந்து கழியும். அவள் வந்து கூடிய பின்பு, ஒருமணி நேரம் ஒருமணித்துளியாகக் கரைந்துவிடும். காமக் களியாட்டத்தில் காலம் நின்றுவிடும். சொர்க்கத்தில் காலமே இல்லையென்றால்! எவ்வளவு அற்புதமான விளக்கம்.

காலம் கடவுளுக்குக் கடவுள். எனவே நம் முன்னோர்கள் கால தேவனை, கால பைரவனை வழிபடுவதைக் கடைப்பிடித்தார்கள்.

கமலா, சித்தார்தனின் மேல் குனிந்துபடுத்துக் கொண்டு அவனுடைய கண்களை உற்று நோக்கினாள். அவனுடைய கண்கள் அயர்ந்து களைத்திருந்தது.

'இதுவரை நான் இன்பம் துய்த்த இளைஞர்களில் மிகச் சிறந்தவன் நீ.

நீ மற்றவர்களை விட பலசாலி, அதேசமயம் மிகவும் மிருதுவானவன். என்னுடைய கலையை மிக நேர்த்தியாகக் கற்றுக் கொண்டாய். சித்தார்த்தா, எனக்கு வயதாகும் போது உன் மூலம் நான் ஒரு குழந்தையைப் பெற்றுக் கொள்வேன். ஆனால் நீ இன்னும் ஒரு சாமணனாகவே தான் இருக்கிறாய். நீ யாரையும் காதலிக்கவில்லை. என்னையும் காதலிக்கவில்லை. இது உண்மை தானே.' கமலா கரைந்துவிட்டாள்.

'இருக்கலாம். நானும் உன்னைப் போலதான். நீயும் யாரையும் காதலிப்பதில்லையே. நீ காதலித்திருந்தால், காதலை ஒரு கலையாக உன்னால் எப்படி கற்றுக் கொள்ள முடிந்திருக்கும்? நம்மைப் போன்றவர்களால் காதலிக்க முடியாது என நினைக்கிறேன். சாதாரண மனிதர்களால் மட்டுமே அது முடியும். அது அவர்களுக்குள் உள்ள ரகசியம்.

♦♦♦

7

சம்சாரம்

இந்த உலகாதய வாழ்க்கையை சித்தார்த்தன் நெடுங்காலம் வாழ்ந்து விட்டான். ஆனால் அது எந்தத் தாக்கத்தையும் தன் மீது ஏற்படுத்தவில்லை. சாமண வாழ்க்கையில் முற்றிலும் இறந்துவிட்ட தன் உணர்வுகளும் உணர்ச்சிகளும் மீண்டும் உயிர்த்தெழுந்தன. பணக்கார வாழ்க்கையை அனுபவித்துவிட்டான். பதவி, போகம் இவற்றையும் ருசித்து விட்டான். ஆனால் மனதார அவன் ஒரு சாமணனாகவே இருந்தான். இதை கமலா சரியாக அடையாளம் கண்டு கொண்டாள்.

சித்தார்த்தனின் வாழ்க்கையை, அவன் கற்றிருந்த கலைகளான சிந்தனை செய்தல், காத்திருத்தல், விரதமிருத்தல் இந்த மூன்று மட்டுமே வழிநடத்திச் சென்றன. சாதாரண இந்த உலகாதய மக்கள் அவனுக்கு இன்னும் வேற்று மக்களாகத்தான் தோன்றினர். அவனும் அவர்களிடமிருந்து விலகியே நின்றான்.

காலங்கள் கடந்தன. போக வாழ்க்கையில் கட்டுண்டு மயங்கிக் கிடந்ததால், காலம் கடந்ததை சித்தார்த்தன் உணரவில்லை. பணக்காரனாகி விட்டான். சொந்தமாக வீடு கட்டிக் கொண்டான். கூப்பிட்ட குரலுக்கு ஏவல் புரிய வேலைக்காரர்கள். நகரத்திற்கு வெளியே ஆற்றங்கரையில் பரந்த அழகிய தோட்டம். இத்தனைக்கும் அவன் சொந்தக்காரன். மக்கள் அவனை நேசிக்க ஆரம்பித்தனர். பணம் கேட்டும் அறிவுரைகள் கேட்டும் சாரை சாரையாக அவன்

வீட்டின் முன்பு மக்கள் கூட்டம். இருந்த போதிலும் கமலாவைத் தவிர அவனால் வேறு நண்பர்களைத் தேர்ந்தெடுக்க முடியவில்லை.

கௌதம புத்தரைப் பார்த்து அவருடைய அறிவுரையை கேட்ட பின்பு ஏற்பட்ட மனத் தெளிவு, தெளிவான உள்ளுணர்வு ஏற்பட்ட அந்த போற்றுதலுக்குரிய இளமை நாட்கள், கோவிந்தனை விட்டு பிரிந்த பின்பு ஏற்பட்ட சீரிய எதிர்பார்ப்பு, குரு என்று எவரும் இல்லாமல், வேதாந்தம் என்ற கட்டுப்பாடுகள் இல்லாமல் தனித்து நின்ற செருக்கு, கடவுளின் அந்த ஒலியைக் கேட்பதற்குத் தயாராயிருந்த தனது காலியான மனம் அனைத்தும் மறைந்துவிட்டன. தன்னுடைய ஆழ் மனதில் ரீங்காரமிட்ட அந்த புனித நீர் ஊற்று சப்தமாக ஒலித்த அதனுடைய பாடல் எதுவுமே அருகில் இல்லை. ஏதோ தொலைவிலிருந்து கேட்கும் சிறு முனகல் சப்தங்களாகவே அவை இப்பொழுதும் தென்படுகின்றன. இருந்த போதிலும், சாமணர்களிடம் கற்றுக் கொண்டது, தனது தந்தையிடம் கேட்டது, பிராமணர்கள் பலரின் சொல் வாக்குகள், தன்னுடைய தற்போதைய வாழ்க்கையை மிதமாக்கப் பயன்பட்டது. சிந்தனையில் ஆர்வம், மணிக்கணக்கில் தியானம், உள்ளுணர்வின் ரகசியம், என்றும் இறவா ஆன்மா, அது மனமோ, உடம்போ இல்லை என்ற அசையா உண்மை இவைகள் பூரணமாக சித்தார்த்தனை விட்டு விலகி விடவில்லை. இவற்றில் பலவற்றை தன்னுடன் இன்னும் வைத்திருந்தான். அவைகள் எங்கோ ஆழத்தில் தூசி படிந்து கிடப்பதை அவனால் உணர முடிந்தது. பானை செய்யும் குயவன் தான் கையாளும் சக்கரத்தை சில முறை சுற்றிய பின்பு, அது பலமுறை சுழன்று சுழன்று மெதுவாக வேகம் குறைந்து கடைசியில் நிற்பதைப் போல, இந்தத் துறவியின் சக்கரம், இவனது சிந்தனைச் சக்கரம், புரிந்துணரக் கூடிய அந்த சக்கரம் மெதுவாக வேகம் குறைந்து சுற்றுவது நின்றுவிடுவது போன்ற ஓர் உணர்வு. சமயத்தில் நின்றுவிட்ட உணர்வு பட்டுப் போன மரத்தில் ஈரப்பதம் நுழைந்து அதை முற்றிலும் தகர்த்து அழுகடிப்பதைப் போல, இந்த உலகமும், செயலிழப்பும், சித்தார்த்தனின் உயிரைத் தாக்க ஆரம்பித்தன. மெதுவாக ஆரம்பிக்கப்பட்ட இந்த வேலை, நாட்கள்

நகர நகர, தனது உயிரை அழுகிச் சிதைப்பதை உணர முடிந்தது. மிகுந்த களைப்பையும் ஏற்படுத்தியது. தூக்கத்தையே உண்டு பண்ணியது. ஆனால் மறுமுனையில் அவனுடைய உணர்ச்சிகள்

விழித்து எழுந்து நின்றன. அவைகள் அநேகத்தைக் கற்றுக் கொண்டன. அவைகளை சோதனை செய்தும் பார்த்தான்.

சித்தார்த்தன் வியாபார யுக்திகளைக் கற்றுக் கொண்டான். ஆளுமைத்திறனை மேம்படுத்திக் கொண்டான். பெண்களோடு பழகி தன்னை குஷிப்படுத்திக் கொள்வதை அறிந்து கொண்டான். நேர்த்தியான உடைகளை அணியக் கற்றுக் கொண்டான். வேலைக்காரர்களிடம் வேலை வாங்குவதை லாவகமாக்கிக் கொண்டான். பன்னீர் கலந்த தண்ணீரில்தான் குளித்தான். தரமான உணவையே உண்ண ஆரம்பித்தான். அசைவ உணவை விரும்பி உண்டான். தேர்ந்தெடுக்கப்பட்ட உயர்ரக மது பானங்களையே பருகினான். அதனால் சோம்பேறித்தனமும் மறதியும் அவனைத் தொற்றிக் கொண்டன. களியாட்டங்களில் ஈடுபட்டான். நடனமாதுகளுடன் இரவைக் கழித்தான். அலங்கரிக்கப்பட்ட நாற்காலிகளே அவனது ஆசனமானது. பட்டு மெத்தையே அவனது படுக்கையானது. அதனால் அவன் மற்றவர்களை விட தன்னை உயர்வாக நினைக்கலானான். அவர்களிடமிருந்து தன்னை வேறுபடுத்தியே பார்த்தான்.

மற்றவர்கள் தன்னை விட மட்டமானவர்கள் என்ற எண்ணம் தலைக்கேறி நின்றது. அடுத்தவர்களை கேலி பேசினான். இப்படி ஒரு காலத்தில் சாமணனாக வாழ்ந்த சித்தார்த்தனின் புத்தி மாறிவிட்டது. இதற்கு தன் முதலாளி காமசாமியும் விலக்கல்ல. வியாபாரப் பிரச்சினைகளால், காமசாமி சங்கடத்திற்குள்ளாகும் போது சித்தார்த்தன் அவனை ஒரு கேலிச்சித்திரமாகப் பார்த்தான். ஆனால் மெல்ல மெல்ல, காலம் செல்லச் செல்ல, சித்தார்த்தனின் இந்த எண்ணங்களில் மாறுதலும் தொய்வும் தென்பட ஆரம்பித்தன. தான் மற்றவர்களை விட உயர்ந்தவன் என்ற எண்ணமே கேலி கிண்டல் செய்யும் எண்ணங்களும் ஊசலாடத் தொடங்கின. ஒரு பக்கம் சித்தார்த்தனுக்கு பணமும் ஆடம்பரமும் சேர்ந்து கொண்டு வந்தாலும், மறுபக்கம் சாதாரண மக்களின் குணாதிசயங்களும் அவர்களுடைய சிறுபிள்ளைத்தனமான முட்டாள்தனங்களும் இனம்புரியாத ஆசாபாசங்களும் சேர்ந்து வளர ஆரம்பித்தன. அவர்களைக் கண்டு பொறாமை கொள்ள ஆரம்பித்தான். அவர்களைப் போல் மேலும் மேலும் ஆனபிறகு அவனுடைய பொறாமை பல மடங்கு பெருகிவிட்டது. அவர்களிடம் இருந்த ஒன்று தன்னிடம் இல்லை என்று எண்ணி பொறாமை கொண்டான். மற்றவர்கள் ஏதோ ஒரு முக்கியத்துவத்தோடு வாழ்கிறார்கள். அவர்களுடைய ஆழமான மகிழ்ச்சியும், துக்கமும் அடையாளம் காணமுடியாததாக உள்ளது. நேசிப்பதற்கு அவர்களிடமுள்ள ஒரு தொடர் அவாவை என்னவென்று சொல்வது. அவைகள் தன்னிடம் இல்லையே என ஆதங்கப்பட்டான். இந்த மக்கள் எப்பொழுதும் தங்களைத் தாங்களே நேசிக்கிறார்கள், தங்கள் குழந்தைகளின் மேல் பாசத்தைப் பொழிகிறார்கள். தங்களுடைய பணத்தின் மீதும், தங்களுக்குக் கிடைத்த அங்கீகாரத்தின் மீதும் அளவிலா பெருமை கொள்கிறார்கள். நம்பிக்கையோடு வாழ்கிறார்கள், திட்டம் தீட்டுகிறார்கள். இவைகளை சித்தார்த்தன் அவர்களிடமிருந்து கற்றுக் கொள்ள முடியவில்லை. இந்தக் குழந்தைத்தனமான இன்பங்களும் முட்டாள்தனங்களும் அவனுக்குப் பிடிபடவில்லை. ஆனால் அவர்களிடமிருந்து மனதிற்கினிமையில்லாதவைகளேயே சித்தார்த்தனால் கற்றுக் கொள்ள முடிந்தது. ஆனால் அவைகளை

அவன் வெறுத்தான். இது அடிக்கடி தனது வாழ்வில் ஒரு தொடர்கதை ஆகிவிட்டது. இந்த உணர்வை, முதல் நாள் இரவில் நன்றாகக் குடித்துக் கும்மாளம் அடித்துவிட்டு, காலையில் தன்னைப் பார்த்தால் தனக்கே வெறுப்பு வரும் போது, மிகவும் உணர்ந்தான். அந்தக் காலைப் பொழுதுகள், அவனுக்கு அசதியாகவும், சோர்வாகவும் இருப்பதை உணர்ந்தான். அதிலும் அன்றைய தினம் காமசாமி தன்னுடைய வியாபாரப் பிரச்சினைகளையும் கவலைகளையும் இவனிடம் கொட்டித் தீர்க்கும் போது மிகவும் எரிச்சலடைந்தான். சூதாட்டத்தில் தோற்றுவிட்டால், வாய்விட்டுப் பலமாக சிரித்தான். ஆனால் காலம் செல்லச் செல்ல, சித்தார்த்தனும் மற்ற பணக்காரர்களைப் போல அதிருப்தியை வெளிப்படுத்துவது, எரிந்து விழுவது, சோம்பேறித்தனமாக இருப்பது, அன்பை வெளிப்படுத்த முடியாத நிலையில் இருப்பது இது போன்ற நிலைகளுக்கு ஆளானான். மெல்ல மெல்ல பணக்காரர்களின் மன நோய்கள் இவனுள் புக ஆரம்பித்தன.

நாட்கள் செல்லச் செல்ல சித்தார்த்தனின் வாழ்வில் வெண்பனி போல ஓர் இனம்தெரியாத சோர்வு படர ஆரம்பித்தது. அது நாளுக்கு நாள் தடிமனாகிக் கொண்டே வந்தது. மாதங்கள் செல்லச் செல்ல மிகக் கடினமான ஒரு பாறையைப் போல் ஆகிவிட்டது. எப்படி ஒரு புதிய துணி, நாளாக நாளாக நலிந்து நிறம் இழந்து, பின்பு இழை இழந்து, கசங்கி கந்தலாகிப் போகிறதோ அதைப் போல, சித்தார்த்தனின் புதிய வாழ்வு, கோவிந்தனைப் பிரிந்த நாட்களிலிருந்து மெல்ல மெல்ல நைய்ந்து, நலிந்து, கந்தலான துணியாகவே மாறிவிட்டது. அவன் வாழ்விலே ஓர் இருள் பரவ ஆரம்பித்தது. இதை சித்தார்த்தன் உணர மறந்தான். ஒரு காலத்தில் தன்னை வழி நடத்திச் சென்ற அந்த ஆன்ம ஒலி இப்பொழுது ஊமையாகி விட்டது என்பதை உணர்ந்தான்.

''இப்பொழுது இந்த உலக சுகம் என்னை ஆட்டிப்படைக்கிறது. சோம்பேறித்தனம், அடுத்தவன் சொத்திற்கு ஆசை, அபகரிப்பதை இப்படி எதையெல்லாம் வெறுத்தேனோ, அவை என்னை

அடிமையாக்கத் துடிக்கின்றன. இவற்றையெல்லாம் துச்சமென மதித்தவன் ஆயிற்றே நான். விளையாட்டுப் பொருள்களாக இருந்த அவை யாவும், எனக்கு சுமையாகிவிட்டனவே. என்னை அவை கட்டிப் போடப் பார்க்கின்றன. எப்பொழுது நான் ஒரு சாமணன் என்ற எண்ணம் என்னை விட்டு விலகியதோ, அன்றிலிருந்து சூதாட்டம் என்பது கூட பணத்துக்காவும், பொருள் சேர்க்கவும் ஆடும் ஆட்டமாக மாறிவிட்டதே. விளையாட்டு என்பது விளையாட்டாக இல்லாமல், சட்டதிட்டங்களுக்கு உட்பட்டு விளையாட்டை வினையாக எடுத்துக் கொள்ளுமளவுக்குத் தள்ளப்பட்டு விட்டேனே! சூதாட்டம் என்பது முன்பெல்லாம் ஒரு பொழுது போக்காக ஆனந்தமாக இருந்தது. இதை சாதாரணமாக எடுத்துக் கொண்ட பொது ஜனங்களோடு உற்சாகமாக ஆடினேனே'' என்று உள்ளூர விசனப்பட்டுக் கொண்டான். சித்தார்த்தன் வெல்லப்பட முடியாத ஆட்டக்காரன். அவனுடைய பந்தயத்தொகை மிக அதிகம். எனவே, அவனுடன் ஆட சாதாரண மக்கள் பயந்தனர். துட்டைத் தொலைத்து விளையாடுவதில் சித்தார்த்தன் உவகை அடைந்தான். பணத்தை வீணடிக்கவே நினைத்தான். பணக்காரர்கள் என்று டம்பம் அடித்துக் கொள்பவர்களை கேலிக்கிண்டல் செய்வதற்கு இதை விட சிறந்த வழி அவனுக்குத் தெரியவில்லை. அவர்களின் அகம்பாவத்திற்கு, தன்னுடைய ஊதாரித்தனத்தை வெளிக்காட்டி அடி கொடுக்கவே நினைத்தான். எனவேதான் ஆயிரங்களில் பந்தயம் கட்டினான். பணத்தை இழந்தான். நகை நட்டுகளை ஊதாரித்தனமாக இழந்தான். ஜெயித்தான். தோற்றான். அதெல்லாம் அவனுக்குக் கவலையில்லை. தன் பணத்தைக் கொண்டு, பணக்காரர்கள் என்ற டம்பம் அடிப்பவர்களை தலைகுனிய வைக்க வேண்டும். அதிகத் தொகையைப் பந்தயம் கட்டி விட்டு எதிரில் ஆடுபவர்களின் முகத்தில் தெரியும் பயத்தைக் கண்டு ஆனந்தக் கூத்தாடினான். சித்தார்த்தனுக்கு பணமோ, பந்தயமோ ஒரு பொருட்டல்ல. அடுத்தவனுடைய எதிர்ப்பார்ப்பாகிய துன்பத்திலே உவகை கொண்டான். எதிராளியின் இந்த உணர்ச்சிகளைப் பார்த்து ரசித்தான். அதை அதிகப்படுத்த எண்ணினான், சீண்டி விட்டான்.

அடுத்தவன் துன்பத்தைக் கண்டு இன்பமடைந்தான். இந்த மாதிரி மனிதர்களுக்கு நடுவிலே, தான் எப்படி எதைப்பற்றியும் கவலைகொள்ளாமல் இருக்கிறேன் என்பதைக் காட்ட விரும்பினான். பணத்தை சூதாட்டத்தில் தோற்றுவிட்டு, மேலும் பணம் சம்பாதிக்க ஓடினான். தனக்கு வர வேண்டிய பணத்தை விரட்டி வாங்கினான். மீண்டும் பந்தயம் கட்டினான். தோற்றான். அவனுடைய எண்ணமெல்லாம் பணத்திற்கு உயரிய மரியாதை அளிக்கும் கனவான்களைக் கேவலப்படுத்துவதே. எனவே பெருந்தொகையை சூதில் விட்டான். தன்னைப் பொருத்தமட்டில் பணம் ஒரு கேவலமான வஸ்து என நிரூபிக்க முற்பட்டான். மெதுவாக விளையாடுபவர்களை நிந்தனை செய்தான். பிச்சைக்காரர்களுக்கு தானமளிப்பதைக் கூட நிறுத்திவிட்டு, சூதாட்டத்திலேயே பணத்தைவிட்டான். பத்தாயிரம் பணம் கட்டி சூதாடியவர்களைக் கண்டு, ஏளனம் செய்தான். இதெல்லாம் ஒரு பந்தயப் பணமா ? என எள்ளி நகையாடினான். வியாபாரத்தில் அதிக பணம் சம்பாதிக்க எண்ணி, சில கேடு கெட்ட உக்திகளைக் கையாள ஆரம்பித்தான். இரவில் பணத்தை மட்டுமே கனவிலும் கண்டான். பண விஷயத்தில் மிகக் கறாராக நடந்து கொண்டான். வெறுக்கத்தக்க இந்த விஷயங்களிலிருந்து விழித்தெழும்போதெல்லாம் தன்னைக் கண்ணாடியில் பார்க்கும்போதெல்லாம் அவன் முகத்தைப்பார்த்து அவனுக்கே வெறுப்பு வந்தது. தனக்கு வயதாகி, உடல் நலிந்து கோரமாகி வருவதைக் கண்டான். அதைக்கண்டு வாந்தி எடுக்கவே விரும்பினான். கலக்கமடைந்தான். கலவரமடைந்தான். ஆனால் மறுபடியும் ஓடினான். குடித்தான். மறுபடியும். பணம் சேர்க்கவும் சூதாடவுமே விரும்பினான். இப்படி ஓர் அர்த்தமற்ற சூழலில் மாட்டிக் கொண்டு, வயதாகி, நோய் வாய்ப்பட்டதே மிச்சம் என்பதை உணர்ந்தான்.

பின்பு ஒரு கனவு அவனைத் தட்டி எழுப்பியது. ஒரு நாள் அவன் கமலாவுடன் மனதை மயக்கும் அந்த மாலைப் பொழுதில் அவளுடைய ரம்மியமான மனதை மயக்கும் பூந்தோட்டத்தில், ஒரு மரத்தடியில் கமலாவுடன் ஆழ்ந்த சிந்தனை வயப்பட்ட சம்பாஷணையில் ஈடுபட்டிருந்ததை அவன் நினைத்துப் பார்த்தான்.

அவள் பேசிய அன்றைய வார்த்தைகளிலே துக்கமும் களைப்பும் இலைமறை காயாக இருந்தன. கௌதம புத்தரைப் பற்றி எனக்குக் கூறுவாயாக எனக் கேட்டாள். அவள், தான் கௌதம புத்தரைப் பற்றி அதிகம் அறிந்திருக்கவில்லை. எனவே, அவருடைய குற்றமற்ற அந்தக் கண்களைப்பற்றி, அமைதியான அழகான அந்த முகத்தைப் பற்றி, அன்பு தவழும் அவரது புன்னகையைப் பற்றி, மொத்தத்தில் அந்த ஆனந்த நிலையைப் பற்றி அறிந்து கொள்ள விரும்பினாள். எனவே அதிக நேரம் கமலாவுடன் புத்தரைப் பற்றிப் பேச வேண்டி வந்தது. என்னுடைய பேச்சைக் கேட்ட கமலா, 'ஒரு நாள் வெகு விரைவாகவே நான் அவருடைய பிட்சுனியாக ஆவேன். என்னுடைய இந்தத் தோட்டத்தை மனமுவந்து அவருக்கு அளித்துவிட்டு, அவருடைய போதனைகளில் தஞ்சம் புகப் போகிறேன்.' என்றாள். பின்பு அவள் சித்தார்த்தனை வாரி அணைத்துக் கொண்டாள். அவள் வடித்த ஆனந்தக் கண்ணீரிலே சித்தார்த்தன் கரைந்து போனான். அவளுடைய இந்த கடைசி முயற்சியில் அவனிடமிருந்து அந்தக் கடைசி இன்பத்துளியினை பிழியவே முற்பட்டாள். பிழிந்தெடுத்தாள். அப்பொழுது சித்தார்த்தன் ஒருவனின் மரணம் என்பது அவனது தீவிர காம உணர்ச்சிக்கு எவ்வளவு அருகில் இருக்கிறது என்பதை உணர்ந்தான். பின் கமலாவின் அருகில் அவளை அணைத்து படுத்துக் கொண்டான். அந்தத் தருணத்தில் கமலாவின் முகத்தை இவனால் நேரே நெருக்கமாகக் காண முடிந்தது. அப்பொழுது அவளது கண்களுக்கடியில், அவளுடைய உதடுகளில் துக்க ரேகைகள் ஓடுவதை அவனால் உணர முடிந்தது. அவைகள் அவள் வயதாகி விட்டதையே உணர்த்தின. அவளுடைய வாழ்வின் வசந்த காலம் வாடத் துவங்கிவிட்டது. சித்தார்த்தனும் தனது 40 வயதைக் கடந்துவிட்ட நிலையில், அவனுடைய கருமையான தலைமுடியிலும் ஆங்காங்கே நரைமுடிகள் தென்பட ஆரம்பித்தன. கமலாவின் அழகான முகத்தில் சோர்வின் சித்திரங்கள் முத்திரை பதித்திருந்தன. சந்தோஷங்களே தென்படாத தனது வாழ்வின் பாதையில் மீண்டும் ஓடுவதில் சோர்வுதான் முந்திக் கொண்டு நின்றது. வெளிப்படாத, உணர முடியாத ஒரு முதுமை, முதுமைக்கால

பயம், மரண பீதி, வசந்தகாலத்தின் விளிம்பு இவைகளெல்லாம் மூடி மறைக்கப்பட்டிருந்த நிலையே அவளிடம் காணப்பட்டது. இவைகளையெல்லாம் கண்டுணர்ந்த சித்தார்த்தன் வெறுத்தொதுக்கிவிட்டு, கனத்த இதயம் துன்பம் ரகசியமாக தன்னுள்ளே மறைத்துவைக்கப்பட்ட பயம் இவைகளை சுமந்து கொண்டு கமலாவை விட்டுப் பிரிந்தான்.

சித்தார்த்தன் தன்னுடைய வீட்டில் குடியும் கும்மாளமுமாக அன்றிரவைக் கழித்தான். மற்ற குடிகாரர்களை விட தான் சிறந்தவன் அறிவோடு குடிப்பவன் என்ற எண்ணங்களெல்லாம் அன்றிரவு எழவில்லை. அன்று அளவிற்கு அதிகமாகவே குடித்தான். இரவில் நேரங்கழித்துதான் படுக்கச் சென்றான். கண்களில் நீர்த்தாரகைகளோடு, நம்பிக்கை இழந்து, பெரிய போராட்டத்துடன் தான் அன்றிரவு கழிந்தது. அவனுடைய இதயம் துன்பம் மட்டுமே நிறைந்த களஞ்சியமாக ஆனது. அதை அவனால் சகித்துக் கொள்ள முடியவில்லை. ஒரு காலத்தில் அவனுக்கு சுகமாக இருந்த அந்த இரவுகாலத்து இசை, நாவிற்கினிய அந்த மது, மனமயக்கும் மங்கையரின் வாசனைத் திரவியங்கள், இவைகளையெல்லாம் நினைக்க நினைக்க அருவருப்பாக இருந்தது. அவைகளை வாந்தியெடுக்கவே நினைத்தான். இவைகளையெல்லாம் விட, தன்னைத்தானே வாந்தியெடுக்க நினைத்தான். தன் தலைக்கு இட்ட வாசனைத் திரவியங்கள், தன் வாயிலிருந்து வரும் மதுவின்

வாடை, தடித்துவிட்ட தன் தோல், இவைகளைப் பார்த்தும் நினைத்தும் அவனையே அவன் வெறுத்தான்.

அதிகம் குடித்த ஒருவன் வாந்தி எடுத்தபின் எப்படி கொஞ்சம் சகஜமாக உணர்வானோ, அதைப்போல் அமைதியை இழந்துவிட்ட சித்தார்த்தன் தன் பழைய கால வாழ்க்கையை வாந்தி எடுக்கவே நினைத்தான். கேடுகெட்ட உலக இன்பங்கள் என்ற மாயையை, புத்திகெட்டு செய்த செயல்களை, பழக்க வழக்கங்களை விட்டொழித்து வெளியேறவே நினைத்தான். இரவு முடிந்து அதிகாலை, ஊரெழுந்து மெல்ல நடமாட ஆரம்பித்துவிட்ட அந்த நேரத்தில் அரைத்தூக்கத்தில், அரைகுறையாக ஒரு கனவு கண்டான்.

கமலா, தான் வைத்திருந்த ஒரு சிறு தங்கக் கூட்டில், ஒரு கிளியை வளர்த்து வந்தாள். அந்த அந்திக் கருக்கலில் அவன் கண்ட அந்தக் கனவு அதைப்பற்றியே. காலையில் மெல்லிசை பாடும் அந்தக்கிளி, அன்று ஏனோ மௌனம் காத்தது. இது அவனுக்கு வியப்பாகத் தோன்றியது. எனவே, கூண்டருகில் சென்று உள்ளே பார்த்தால், அந்தப் பறவை இறந்து கூண்டின் அடிப்பாகத்தில் விறைப்பாகக் கிடந்தது. அதை வெளியே எடுத்து ஒரு நிமிடம் தன் உள்ளங்கையில் வைத்து வேதனையோடு பார்த்துவிட்டு, சாலையில் எறிந்துவிட்டான். அந்த நிமிடம் பெருத்த பயம் அவனைக் கவ்வியது. அவனது இதயத்தில் முள் தைத்தாற்போல் இருந்தது. அந்தப் பறவை அவனுக்கு விலைமதிக்க முடியாத ஒரு பொக்கிஷமாக இருந்தது. சட்டென்று கனவிலிருந்து விடுபட்டு எழுந்தான்.

கனவுவிடுபட்டு எழுந்த சித்தார்த்தனை மிகுந்த வேதனை கவ்விக் கொண்டது. தன்னுடைய வாழ்க்கையை புத்தி கெட்டதனமாக, உபயோகமற்ற வழியில் கழித்துவிட்டோமோ என

சந்தேகப்பட்டான். அவற்றிலிருந்து அறிந்து வாழ்க்கைக்குத் தேவை என்ற எதையும் காப்பாற்றி வைத்துக் கொள்ள முடியாத அளவிற்கு ஒரு கேடுகெட்ட வாழ்க்கை வாழ்ந்துவிட்டோமே என எண்ண ஆரம்பித்தான். மூழ்கிவிட்ட கப்பலிலிருந்து தப்பிய ஒரு மனிதன் தன்னந்தனியே கடற்கரையில் நிற்பதைப் போன்ற தனிமையை உணர்ந்தான்.

சித்தார்த்தன், கவலை தோய்ந்த இறுகிய மனதுடன் தன் தோட்டத்திற்குச் சென்றான். பிரதானக் கதவுகளைத் தாழிட்டான். ஒரு மாமரத்தினடியில் அமர்ந்தான். அவனுடைய மனதில் பயமும், மரணமும் மட்டுமே இருந்தன. கடந்த கால வாழ்க்கையை மெதுவாக அசை போட ஆரம்பித்தான். அவனது இளமைப் பருவ நாட்களை நினைத்தான். தாம் எப்பொழுதும் மகிழ்ச்சியாக இருந்தோம்? எந்தத் தருணத்தில் மகிழ்ச்சியில் திளைத்தோம்? என எண்ண ஓட்டத்தில் திளைத்தான். ஆமாம் பல தடவை பல தருணங்களில் மகிழ்ச்சியை உணர்ந்திருக்கிறான். அவைகளெல்லாம் தன்னுடைய மாணவப் பருவத்து நாட்கள். வேதங்களை மனப்பாடம் செய்து ஒப்புவித்த சமயம் அதை பிராமணர்கள் பாராட்டியபோது, அவனுடைய சக மாணவர்களை விட இவனுக்கு பாராட்டுகள் அதிகம் கிடைத்தபோது, படித்த பண்டிதர்களுடன் விவாதம் செய்து அவர்களை வென்றெடுத்தபோது, யாகசாலையில் பெரியோர்களுக்கு உதவியாக இருந்தபோது, இது போன்ற தருணங்களில் அவன் மகிழ்ச்சியாகவே இருந்திருக்கிறான்.

பின்பு நிதானமாக, "நீ பின்பற்ற வேண்டிய உனக்கென்று ஒரு வழி இருக்கிறது. கடவுள் உனக்காக காத்துக் கொண்டிருக்கிறார்" என்று தனக்குத்தானே பேசிக் கொண்டான். மறுபடியும் ஓர் இளைஞனைப் போல, எப்படி சிறு வயதிலே அனைவரையும் வெற்றி கொண்டு மேலும் மேலும் முன்னேற வேண்டும், அனைவரும் தன்னை ஏறெடுத்துப் பார்க்க வேண்டும் என்ற எண்ணம் கொண்டவனைப் போல அந்த நிலைக்கு மீண்டும் வந்தால் என்ன என்று எண்ண ஆரம்பித்தான். இதுதான் இனிமேல் மேலே மேலே செல்ல வழி. இந்த இதே இதய ஒலியை கீதத்தை அவன்,

சிறுவயதில் வீட்டை விட்டு வெளியேறிய போது கேட்டான். பின் சாமணர்கள் கூட்டத்தில் சேர்ந்தான். இதே ஒலியை, நாதத்தை சாமணர்களை விட்டு வெளியேறும் போதும் கேட்டான். அதன்பின் அந்தப் பூரண மனிதன் புத்தனைச் சந்தித்தான். அவரை விட்டு வரும் போதும் இந்த இதய நாதத்தைக் கேட்டான். இந்த ஆழ்மனதின் ஓங்கார நாதத்தைக் கேட்டு எத்தனை ஆண்டுகள் ஆகிவிட்டன. எவ்வளவு உயரத்துக்கு ஏறி வந்துவிட்டேன். நான் கடந்துவந்த பாதை கரடுமுரடானது. சுவாரஸ்யமற்ற ஒன்று. எந்தவித ஓர் உயர்ந்த இலட்சியமும் இல்லாமல், ஒரு தாகமே இல்லாமல், ஆன்மப் புத்துணர்ச்சி இல்லாமல், சிற்றின்பங்களிலே காலத்தை செலவழித்து அதில் எந்த மன திருப்தியும் கிடைக்காமல் இப்படி இருந்துவிட்டேனே? இப்படி எதையும் அறியாமல், அவன் மற்றவர்களைப் போல் இருக்கவே முயற்சி செய்து நாட்களை வீணடித்தான். தன்னை அறியாமலே இந்த சிறு குழந்தைகளைப் போல இருக்கவே முயற்சித்திருக்கிறான். ஆனால் அவர்களுடைய வாழ்க்கை அளவிற்குக் கூட என் வாழ்க்கை இல்லை. அதை விடக் கேவலமாகவேதான் இருக்கிறது. ஆனால் அவர்களுடைய குறிக்கோள்கள் என்னுடையதல்ல. அவர்களுடைய இன்ப துன்பங்கள் என்னுடையதல்ல. காமசாமி போன்ற மனிதர்களுடைய உலகம், என்னைப் பொறுத்தமட்டில் ஒரு விளையாட்டே. நான் நடந்து கழிந்த இந்தப்பாதையில், என் கமலா மட்டுமே விலை மதிக்க முடியாத பொக்கிஷம். ஆனால் அவள் இப்பொழுது அவனோடு இல்லையே. இப்பவும் அவள் அவனுக்குத் தேவையா. அவர்கள் இன்னும் இருவரும் முடிவே இல்லாத ஒரு விளையாட்டை விளையாட நினைக்கிறார்களா? அதற்காக இனி வாழ்வதில் அர்த்தம் ஏதேனும் இருக்கிறதா? இல்லை அப்படிப்பட்ட வாழ்க்கைக்கு சம்சாரம் என்று பெயர். அது குழந்தைகளின் விளையாட்டு. அதை ஒரு தடவை, இரு தடவை, பத்துத்தடவை ஆடலாம். ஆனால் தொடர்ந்து அதைச் செய்ய முடியாது. செய்வதும் உசிதமல்ல.

எல்லா ஆட்டமும் முடிந்துவிட்டது. இனி விளையாடுவதற்கு ஏதுமில்லை. ஒரு நடுக்கம் அவன் உடலினூடே பாய்ந்து அவனை

ஒரு குலுக்கு குலுக்கியது. ஏதோ ஒன்று அவனுள் இறந்துவிட்டதை உணர்ந்தான்.

நாள் முழுக்க அந்த மாமரத்தின் அடியிலேயே பொழுதைக் கழித்தான். அவனுடைய நினைவுகள், தன் தந்தையைப் பற்றியும், கோவிந்தனைப் பற்றியும், கௌதம புத்தரைப்பற்றியும் சுற்றிச் சுற்றி வந்தது. இவர்களையெல்லாம் விட்டுவிட்டு, ஒரு காமசாமியாக ஆகவா வந்தேன்.

பொழுது சாயும்வரை அங்கேயே அமர்ந்திருந்தான். வானத்தில் விண்மீண்கள் கண் சிமிட்டின. நான் என் தோட்டத்தில் இந்த மரத்தடியில் இன்று முழுக்க அமர்ந்து பொழுதைக் கழித்திருக்கிறேன். இது தேவையா. முட்டாள்தனமாகத் தோன்றுகிறதே. இந்த மாமரம் எதற்கு ? இந்த மனமகிழ் தோட்டம் எதற்கு ? அத்தோடு முடித்துக் கொண்டான். அதுவும் அவனுள் இறந்துவிட்டது. எழுந்தான். மாமரத்தின்றும் தோட்டத்தினின்றும் விடை பெற்றான். அன்று முழுவதும் ஏதும் சாப்பிடாததால், அவனைப் பசி வாட்டி எடுத்தது. நகரத்தில் இருந்த தன் வீட்டை நினைத்தான். அவனுடைய அறையை நினைத்தான். அவனுடைய உடை, உணவு, மேசை, நாற்காலி அனைத்திற்கும் விடை கொடுத்தான்.

அந்த இரவே அவனுடைய தோட்டத்தை விட்டும், அந்த ஊரை விட்டும் வெளியேறினான். அதன்பின் அவன் திரும்பி வரவேயில்லை. காமசாமி நெடு நாட்கள் அவனைத் தேடினான். ஏதோ காட்டுக் கொள்ளைக்காரர்களிடம் அவன் சிக்கி இருக்கலாம் என்று எண்ணி தேடுவதை நிறுத்திவிட்டான். கமலா அவனைத் தேடும் முயற்சியை நினைத்துக் கூடப் பார்க்கவில்லை. அவன் எங்கோ போய்விட்டான் என்பதில் அவளுக்கு ஒன்றும் ஆச்சரியமில்லை. அவள் எதிர்பார்த்த ஒன்றுதான். அவன் சாமணனாக இருந்திருக்கிறான், அப்போது அவனுக்கு வீடு கிடையாது. அவன் ஒரு நாடோடி. இப்படிச் செய்யப் போகிறான் என்பதை அவள் அவனை கடைசி முறையாகச் சந்தித்த போதே தீர்மானித்து விட்டாள். அந்த அளவிற்கு அவன் அவளை உச்சி மோர்ந்தான். கட்டி அணைத்தான். அவளை முழுமையாகத் தன்

கட்டுப்பாட்டில் எடுத்து ரசித்தான். இந்த வித்தியாசம் அவளுக்கு விநோதமாக இருந்தது. அதுவே கடைசி என்பதே அப்பொழுதே தீர்மானித்துவிட்டாள்.

சித்தார்த்தன் ஊரை விட்டு மறைந்துவிட்ட செய்தி கேட்ட உடனேயே கமலா, நேராகத் தான் தங்கக் கூண்டில் அடைத்து வைத்திருந்த அந்தச் சிறு பறவையை நோக்கி நடந்தாள். அந்த கூண்டின் கதவைத் திறந்து அந்தப் பறவையை அதன் போக்கில் பறக்கவிட்டாள். அது மறைந்து நெடு நேரமாகியும் அந்த திசையையே வெறித்துப் பார்த்துக் கொண்டிருந்தாள். அன்று முதல் அவளுடைய வீட்டினுள் யாருக்கும் நுழைய அனுமதி கிடையாது. அவள் வீட்டைப் பூட்டியே விட்டாள். சிறிது காலம் கழித்து ஒரு பையனைப் பெற்றெடுத்தாள். சித்தார்த்தன் தனது கடைசி சந்திப்பில் கமலாவிற்குக் கொடுத்த பரிசு.

❖❖❖

8
ஆற்றங்கரை

சித்தார்த்தன் காட்டில் வெகுதூரம் அலைந்து திரிந்துவிட்டான். அவன் புறப்பட்ட நகரிலிருந்து வெகு தொலைவு வந்துவிட்டான். ஒன்றை மட்டும் நிச்சயித்துக் கொண்டான். இனி அந்த நகரத்திற்குப் போவதில்லை என்பதை. தான் வாழ்ந்த கடந்த கால வாழ்க்கை ஒரு குழப்பமான வாந்தி எடுத்து வெளியேற்ற

வேண்டிய ஒன்று. கனவில் கண்ட அந்தப் பாடும் பறவை, அது இறந்தது அது மட்டும் அவனது இதயத்தில் இருந்தது. சம்சாரத்தில் ஆழமாக ஈடுபட்டிருந்தான். அந்த வாழ்க்கையில் எல்லாப் பக்கங்களிலிருந்தும் அவனுக்குக் கிடைத்தது குமைச்சலும் மரண வேதனையும்தான். ஒரு கடற்பஞ்சு எவ்வளவு நீரை தன்னகத்தே உறிஞ்ச முடியுமோ அந்த அளவுக்கு குழப்பத்தையும் மரணத்தையும் உட்கொண்டாகிவிட்டது.

அவனது மனம் முழுக்க முழுக்க சோர்வால், துன்பத்தால், எல்லாம் இறந்து மடிந்த துக்கத்தால் மட்டுமே நிரம்பி இருந்தது. இனிமேல் இந்த உலகத்தில் என்ன இருக்கிறது. எது என்னைக்

கவர்ந்திழுக்க முடியும்? எதுதான் எனக்கு மனநிறைவையும் சந்தோஷத்தையும் கொடுக்க முடியும்?

அனைத்தையும் மறந்திருக்கவே விரும்பினான். முழுமையான ஓய்வு தேவைப்பட்டது. சொல்லப் போனால் மரண ஓய்வு தேவைப்பட்டது. மின்னல் தாக்கி இறந்துவிட மாட்டேனா! ஒரு புலி என்னை அடித்துக் கொன்று தின்று விடாதா! கொஞ்சம் போதை வஸ்துவோ அல்லது விஷமோ கிடைத்தால் அதை அருந்திவிட்டு காணாமல் போய்விட மாட்டேனா! இவையெல்லாம் தன்னை மறக்கத்தானே உதவும். நன்றாக தூங்க மட்டுமே செய்யும். மறுபடியும் எழாமல் இருக்க என்ன வழி?

நான் செய்யாத அசிங்கங்கள் ஏதும் உண்டா?

நான் செய்யாத பழிபாவங்கள் ஏதேனும் உண்டா? என் ஆன்மாவில் விழுந்த அழுக்கிற்கு நான் மட்டும் காரணகர்த்தாவாக இல்லாமல் இருந்திருக்கிறேனா? பிறகு வாழ்வது எப்படி சாத்தியம்? இனி வாழ்வதில் என்ன அர்த்தம் இருக்கிறது. மாறி மாறி மூச்சு விடுவதும், பசிக்குச் சாப்பிடுவதும், தூங்குவதும், பெண்களோடு படுத்துறங்குவதும் இதுதானா வாழ்க்கை. இந்த சுழற்சி ஓயவில்லையா? எனக்கு இந்த வட்டம் இன்னும் முடியவில்லையா?

இப்படியான கனத்த எண்ணங்களுடன் அடர்ந்த காட்டினூடே ஆர்ப்பரித்து ஓடிக் கொண்டிருந்த அந்த அழகான நீளமான நதியின் கரையை அடைந்தான். இந்த நதியை முன்னொரு முறை படகில் கடந்திருக்கிறான். அது சமயம், கௌதம புத்தரைக் கண்டு தரிசித்து விட்டுத் திரும்பிய இளைஞனாக இருந்தான். அந்த நதியைக் கண்டவுடன் நின்றுவிட்டான்.

பசியும் களைப்பும் அவனை வேண்டா விருப்பாக அங்கே நிறுத்தியது. ஏன் மேலும் செல்ல வேண்டும். எங்கே? எதற்காக? எதைத் தேடி? ஓர் இலக்கும் இல்லை. தன்னிடம் மிஞ்சி உள்ளது எல்லாம், வேதனை தரும் கடந்தகாலக் கனவு மட்டுமே. அதையுமே வாந்தி எடுக்கவே வேண்டும். எல்லாவற்றிற்கும் ஒரு முடிவு வேண்டும்.

களைப்பின் மிகுதியால் அந்த ஆற்றங்கரையிலிருந்த ஒரு தென்னை மரத்தை கட்டித் தழுவி சாய்ந்துவிட்டான். அதற்குக் கீழே ஆர்ப்பரித்து, ஓடும் ஆற்றின் பசுமையான தண்ணீரை அவன் கவனிக்கத் தவறவில்லை. இப்படியே இந்த ஆற்று நீரில் மூழ்கி காணாமல் போய் விடலாமா? அந்த ஆற்று நீரின் குளிர்ந்த ஒரு வெறுமை தன்னுடைய ஆன்மாவின் வெறுமையை பிரதிபலித்தது. ஆம் அவன் வாழ்க்கையின் விளிம்பிற்கே சென்றுவிட்டான். அவனுக்கென்று இனிமேல் என்ன இருக்கிறது? நொய்ந்து போன அவனது வாழ்க்கையையும் உடலையும் தொலைக்கவே நினைத்தான். எப்படியாவது இவற்றை உதிர்த்துவிட வேண்டும். இதைச் செய்வதற்காகவே பல காலம் காத்திருந்தான். எப்படியாவது அழிந்து ஒழித்தே தீர வேண்டும். ஆற்றில் ஓடும் மீன்கள் என்னைத் தின்றுவிட்டால் கூட நல்லது. இந்த சித்தார்த்தன் என்ற நாய், பைத்தியக்காரன், அழுகிய உடலைக் கொண்ட இவன் ஆன்மா நலிவுற்றவன், கெட்டவற்றிற்கே தன்னை பயன்படுத்தியவன். ஆம் இவன் மடிந்தே தீர வேண்டும். மீன்களும் முதலைகளும் அவனைத் தின்னட்டும். பேய்கள் அவன் உடம்பைக் கிழித்தெறியட்டும். மண்ணோடு மண்ணாக மடியட்டும். சிறிது மாறிய முகபாவத்துடன், சித்தார்த்தன் ஓடும் நீரில் தன் முகத்தை உற்று நோக்கினான். பிரதிபலித்த தன் முகத்தின் மேல் காறித்துப்பிவிட்டான். சாய்ந்திருந்த நிலையிலிருந்து எழுந்து தலை கீழாக ஆற்றில் குதித்து உயிரை விட்டுவிடலாமா என்று எண்ணினான். கண்ணை இறுக மூடி தன்னை மாய்த்துக் கொள்வதற்காகக் குனிந்தான்.

பின்பு தன் ஆன்மாவின் அடி ஆழத்திலிருந்து, தன்னுடைய களைத்து ஓய்ந்த கடந்த கால வாழ்க்கையிலிருந்து ஒரு நாதத்தைக் கேட்டான். அது ஓர் எழுத்து கொண்ட ஒரே வார்த்தை. அதனுடைய அர்த்தம் அறியாமல் பிராமணங்கள் பிரார்த்தனையின் தொடக்கத்திலும் முடிவிலும் உச்சரிக்கும் வார்த்தை. அதுதான் அந்த 'ஓம்'.

பூரணத்தின் அர்த்தத்தை வெளிக்காட்டும் பிரதிபலிக்கும் அந்த 'ஓம்'. அதனுடைய அர்த்தமே பூரணம்தானே. ஓம் என்ற பிரணவ மந்திரத்தின் ஓசை கேட்ட மாத்திரத்திலேயே, சித்தார்த்தன் சிலிர்த்தெழுந்தான். நான் எவ்வளவு பெரிய

முட்டாள்தனமான காரியத்தை செய்யத் துணிந்துவிட்டேன் என யோசிக்க ஆரம்பித்துவிட்டான்.

சித்தார்த்தன் ஆழம் காண முடியாத அச்சத்தில் தோய்ந்திருந்தான். தன்னை இழந்து, குழம்பிப் போய், நிலை குலைந்து செய்வதறியாது திகைத்து இந்த நிலைக்கு வந்து சாவைத் தேட ஆரம்பித்து விட்டான். இந்த முட்டாள்தனமான எண்ணம் தன் நெஞ்சில் ஆழமாகக் குடிகொண்டிருந்தது. உடலை அழித்து எப்படியாவது அமைதியைத் தேடுவது. இது வரை அவனுக்கு ஏற்பட்ட இந்த திகில் உணர்வுகள் நாச எண்ணங்கள், வெறுப்பு இவையெல்லாம் 'ஓம்' என்ற ஒலியைக் கேட்டவுடன் உச்சக் கட்டத்தை எட்டிவிட்டன. அவனுடைய குற்றங்களையும் குற்ற உணர்வுகளையும் தெளிவாக உணர ஆரம்பித்தான்.

அவன் தனக்குள்ளே ஆழமாக 'ஓம்' என்ற மந்திரத்தை உச்சரிக்க ஆரம்பித்தான். தான் ஒரு பிராமணன் என்று உணர ஆரம்பித்தான். தான் மறந்ததை எல்லாம் நினைவுகூர ஆரம்பித்தான். தெய்வீகத் தன்மையை உணர ஆரம்பித்தான். ஆன்மா அழிவற்றது என்று நினைவுகூர்ந்தான். முன்னுக்குப்பின் முரணான எண்ணங்கள், மனப் போராட்டங்கள், ஆனால் இந்த எண்ணங்களெல்லாம் அவனது மனதில் கண நேரத்தில் மின்னல் போல் வந்து மறைந்தன. அவன் மிகவும் களைத்திருந்தால், அவன் சாய்ந்திருந்த அந்த தென்னை மரத்தின் அடியில் அப்படியே விழுந்து விட்டான். 'ஓம்' என்ற மந்திரத்தை மனதில் உச்சரித்துக் கொண்டே அயர்ந்து தூங்கிவிட்டான்.

அவனுடைய இந்த ஆழ்ந்த தூக்கத்தில் கனவுகள் இல்லை. இப்படி ஒரு தூக்கத்தை அவன் சமீபத்தில் அனுபவித்ததே இல்லை. அவன் தூங்கி எழுந்த போது ஏதோ ஒரு பத்து வருடங்கள் கடந்து விட்டதைப் போல் உணர்ந்தான். மிருதுவான அந்த ஆற்று நீரின் சலசலப்பைக் கேட்டான். நான் எங்கிருக்கிறேன். எப்படி இங்கு வந்தேன். என்னை இங்கு கொண்டு வந்து சேர்த்தது யார்? வானத்தையும், வானளாவிய மரங்களையும் மேலே தன் பார்வையைத் திருப்பிய போது கண்டான். கடந்த கால வாழ்க்கையை மனத்திரையில் சிறிது நேரம் ஓடவிட்டான். எல்லாம் ஒரு பனித் திரையாகத் தோன்றியது. கடந்த காலம் அவ்வளவு

முக்கியமன்று. அது எட்டாத தூரத்திற்குச் சென்றுவிட்டது. கடந்தகால வாழ்க்கையை உதறிவிட்டு ஒரு புதுப்பிறவி எடுத்த உணர்வு. கடந்த கால வாழ்க்கையை நினைவிலிருந்து அகற்றவே விரும்பினான். இப்பொழுது ஆற்றங்கரையில் ஒரு தென்னை மரத்தடியில், உதட்டிலே 'ஓம்' என்ற மந்திரத்துடன் வாசம் செய்யும் ஒரு புது மனிதன். 'ஓம்' என்ற மந்திரத்தை உச்சரித்தே உறங்கியதால் அது அவனுடைய ஆன்மாவின் ஆழமாகப் பதிந்து இப்பொழுதும் ஒலித்துக் கொண்டேயிருந்தது.

என்ன அருமையான ஆழ்ந்த தூக்கம். இதைப் போல் நான் ஒருபோதும் உறங்கியதே இல்லை. இப்பொழுதும் நான் ஒரு புதிய மனிதன். உண்மையிலேயே பழைய சித்தார்த்தன் மடிந்து விட்டான். மூழ்கி விட்டான். அவன் புதுப்பிறவி எடுத்துள்ளான். சித்தார்த்தன் தன் கைகளை, கால்களை மார்பை தடவிப் பார்த்துக் கொண்டான். சித்தார்த்தன் ஒரு தனி மனிதன். தனக்கென்று சில கொள்கைகள் கொண்டவன். தனித்து இயங்கக் கூடியவன். இப்பொழுது புதுத் தெம்புடன், புதிய மாற்றத்துடன் அவதரித்துள்ளான். எப்போதும் இருந்திராத அளவிற்கு இப்போது புதுத் தெம்புடன் பொலிவுடன் இருக்கிறான்.

பிறகு நிமிர்ந்து உற்று நோக்கிய போது மஞ்சள் நிறை காவி உடை அணிந்த ஒரு துறவி தென்பட்டான். ஆழ்ந்த தியானத்தில் சித்தார்த்தனின் எதிரில் அமர்ந்திருந்தான். நீண்ட அங்கி அணிந்து தலையை மொட்டை அடித்திருந்தான். சித்தார்த்தன் நெடு நேரம் அவனை உற்று நோக்கி கீழும் மேலும் பார்த்தான். தலையிலே முடியவில்லை, தாடி இல்லை. என்ன அமைதி. யார் இவன்?

கடைசியில் கண்டு பிடித்துவிட்டான். அவன் வேறு யாருமில்லை. தன்னுடைய பால்ய சிநேகிதன் 'கோவிந்தன்'. புத்தரிடம் அடைக்கலம் புகுந்த அதே கோவிந்தன். கோவிந்தனுக்கும் வயதாகி இருந்தது. இருந்த போதும் அவனுடைய பால்ய குணநலன்களான, வேட்கை, விசுவாசம், அறிந்து கொள்ளும் ஆர்வம் இவை ஏதும் குறைந்ததாகத் தெரியவில்லை. கோவிந்தன் விழித்தவுடன் இலேசாக கண் திறந்து சித்தார்த்தனை நோக்கினான். தன்னை கோவிந்தன் அடையாளம் கண்டு கொள்ளவில்லை என்பதை சித்தார்த்தன் உணர்ந்தான். கோவிந்தன், சித்தார்த்தன் ஆழ்ந்த உறக்கத்தில் அசையாமல் கிடந்த போதே வந்து காவலிருந்தவன். சித்தார்த்தன் விழித்ததைக் கண்டு கோவிந்தன் மகிழ்ந்தான். அவன் சித்தார்த்தனுக்காக காவல் இருக்கவில்லை. அது யாராக இருந்திருந்தாலும் கோவிந்தன் அதைத்தான் செய்திருப்பான்.

'நான் அயர்ந்து தூங்கிக் கொண்டிருந்தேன். நீ இங்கு எப்படி வந்தாய்' என்று சித்தார்த்தன் கேட்டான்.

"நீ தூங்கிக் கொண்டிருந்தாய். இது தூங்குவதற்கு உகந்த இடமே அல்ல. இங்கே பாம்புகளும், மிருகங்களும் அதிகமாக நடமாடும். அவைகளுக்கு நீ இரையாகக் கூடும்.

நான் ஒரு புத்தத் துறவி. நான் என்னுடைய சகோதர துறவிகளுடன் புனித யாத்திரையில் உள்ளேன். நீ இந்த ஆபத்தான இடத்தில் அயர்ந்து தூங்கிக் கொண்டிருப்பதைக் கண்டேன். இது ஓர் அபாயகரமான இடம். நான் உன்னை எழுப்ப முற்பட்டேன். முடியவில்லை. நீ அவ்வளவு அசதியாகத் தூங்கிக் கொண்டிருந்தாய். ஆதலால் நான் உனக்கு காவல் இருக்க முடிவு செய்தேன். மற்ற முனிகள் சென்றுவிட்டார்கள். நான் உன்னைக் கவனித்துக் கொண்டிருந்த நேரத்தில் நான் தூங்கிவிட்டேன். நான் சரியான காவலாளியாக இல்லை என்பதை நினைத்து வேதனைப்படுகிறேன். நான் இப்பொழுது போக வேண்டும். எனது சக துறவிகளுடன் சேர வேண்டும்" என்று கோவிந்தன் கூறி முடித்தான்.

'நன்றி கூறுவதை விட என்ன இருக்கிறது. நீ மிகவும் அன்பானவன். நீ போகலாம்; நீ உன் வழியைப் பின்பற்று'

'நான் போகிறேன். நன்றாக இரு' 'நன்றி கோவிந்தா'

கோவிந்தன் ஒரு நிமிடம் அப்படியே அதிர்ந்து நின்றுவிட்டான். 'என் பெயர் உனக்கெப்படித் தெரியும்'.

சித்தார்த்தன் பலமாக சிரித்து விட்டான். 'உன்னை எனக்கு சிறுவயதிலிருந்தே தெரியும். உன் பூர்வீக வீடு, பிராமணப் பள்ளிக் கூடம், சாமணக் கூட்டம், ஜடாவனம், புத்தரிடம் நீ ஐக்கியமானது அனைத்தும் எனக்குத் தெரியும். நான் தூங்கிய போது எனக்குச் காவல் காத்ததற்கு நன்றி. அதற்கு மீண்டும் நன்றி. எனக்கு எந்தக் காவலும் தேவையில்லை. ஆம். நீ எங்கே போகிறாய்' சித்தார்த்தான் பேசி முடித்தான்.

'நான் எங்கும் போகவில்லை. என்னுடைய சக துறவிகள் மழைக்காலம் தவிர எப்பொழுதும் நடைப் பயணத்தில்தான் இருப்பார்கள். நாங்கள் ஓரிடத்திலிருந்து மற்றோரிடத்திற்கு போய்க் கொண்டே இருப்போம். புத்தரின் போதனைகளை எடுத்துக் கூறுவோம். பிச்சை எடுத்து உண்போம். அதுசரி, சித்தார்த்தா, நீ எங்கு போகிறாய்?

'உன் வழிதான் என் வழியும். நானும் எங்கும் போகவில்லை. நானும் ஒரு வழிப் போக்கன். புனித யாத்திரை மேற்கொண்டவன்'.

'நீ தீர்த்த யாத்திரை போவதாகச் சொல்கிறாய். ஆனால் உன்னைப் பார்த்தால் புனித யாத்ரீகன் போல் தெரியவில்லையே. செல்வந்தனுக்குரிய விலையுயர்ந்த ஆடைகளை அணிந்திருக்கிறாய். ஒரு நாகரிக மனிதனைப் போல் நல்ல காலணிகளை அணிந்துள்ளாய். உன்னுடைய தலைமுடியிலிருந்து நறுமணம் வீசுகிறது. இது ஒரு யாத்ரீகனின் தோற்றமேயன்று. ஒரு சாமணனின் தோற்றமுமன்று' என்று கோவிந்தன் சந்தேகக் கேள்விகளைக் கேட்டான்.

'உனது கூர்மையான பார்வையை நான் பாராட்டுகிறேன். நீ என்னை நன்றாகவே எடை போட்டுள்ளாய். சரி. நான் என்னை சாமணன் என்று கூறவே இல்லையே. நான் ஒரு தீர்த்தயாத்திரையை மேற்கொண்டுள்ளேன் என்று மட்டுமே கூறினேன். அது உண்மைதானே!

'இப்படி ஓர் அலங்கார உடை அணிந்து விலைமதிப்பற்ற ஆபரணங்கள் அணிந்து, நல்ல காலணிகளை வேறு அணிந்து

கொண்டு, செம்மையாக வாரிய முடியுடன் யாரும் தீர்த்த யாத்திரை செல்வதை நான் பார்த்ததேயில்லை. நானும் பல காலம் அலைந்து திரிந்தும் ஓரிடத்திலும் காணாத காட்சி' என்று கோவிந்தன் கூறினான்.

'நீ சரியாகச் சொன்னாய், கோவிந்தா. ஆனால் இப்படி ஒரு யாத்ரீகனை இப்பொழுது நீ பார்த்து விட்டாயல்லவா! என் அன்புக்குப் பாத்திரமானவனே, கோவிந்தா. நீ உலகத்தில் காண்பவை அனைத்தும் மாயை. நாம் அணிந்திருக்கும் உடை, காலணிகள், நம் உடம்பு, தலை முடி அனைத்தும் மாயை. நான் ஒரு தனவந்தனுக்குரிய ஆடை அணிகலன்களை அணிந்துள்ளேன். ஏனென்றால் நான் ஒரு பெரிய பணக்காரனாக இருந்தேன். உலக மக்களைப் போல நானும் ஆடை அணிந்தேன். அலங்கரித்துக் கொண்டேன். ஏனென்றால் நானும் அவர்களில் ஒருவனாகத்தான் வாழ்ந்தேன்.'

'சரி, இப்பொழுது நீ யார் ?'

'தெரியவில்லை.

நீ எந்த அளவு அறிந்துள்ளாயோ, அந்த அளவே நானும் அறிந்துள்ளேன். நான் ஒரு வழியில் போய்க் கொண்டிருக்கிறேன். நான் செல்வந்தனாக இருந்தேன். ஆனால் இப்பொழுது இல்லை. நாளை நான் எப்படி இருப்பேன். எவ்வாறாக இருப்பேன் என்று சொல்ல முடியாது'.

'நீ உன் செல்வத்தை எல்லாம் இழந்துவிட்டாயா ?'

'நான் அதை இழந்தேனா, அல்லது அது என்னை இழந்ததா என சொல்வதற்கில்லை. மாயச் சக்கரம் வேகமாகச் சுழல்கிறது, கோவிந்தா, பிராமண சித்தார்த்தன் எங்கே ? சாமண சித்தார்த்தன் எங்கே ? செல்வச் சீமான் சித்தார்த்தன் எங்கே ? எல்லாமே எவ்வளவு வேகமாக ஓடி மறைந்துவிட்டன.

தன் இளமைக்கால நண்பனை கோவிந்தன் சந்தேகக் கண்ணோடே நெடு நேரம் பார்த்தான். பின்பு தன்னை விட உயர்ந்த ஒருவனுக்கு எபபடிப் பணிந்து விடையளிக்க வேண்டுமோ, அப்படித் தலை தாழ்த்தி வணங்கி விடையளித்தான். கோவிந்தன் அவன் வழியே செல்லலானான்.

சித்தார்த்தன் புன்னகைத்தவாரே, கோவிந்தன் செல்வதைப் பார்த்தான். எவ்வளவு உண்மையான ஆத்ம நண்பன். அவனை இன்னும் நான் நேசிக்கிறேன். 'ஓம்' என்ற மந்திரம் ஆழமாக ஊடுருவிய அந்த ஆழ்ந்த தூக்கம், அதன் பின் கிட்டிய இந்த சுகம், இந்தத் தருணம் எதையும் எவரையும் அன்போடு அல்லவா நோக்கத் தூண்டுகிறது ?

இந்தப் பீறிடும் அன்புதான் அந்த ஆழ்ந்த தூக்கத்தின் வெளிப்பாடு. இப்பொழுது எதைப் பார்த்தாலும் எவரைப் பார்த்தாலும் அன்பு செலுத்தவே தோன்றுகிறது. எவ்வளவு சுகமான அனுபவம். அவன் ஏன் முன்பு அன்பை அறியாத ஒரு நோயாளியாக எதையும் யாரையும் நேசிக்க முடியாத ரோகியாக இருந்தான் என சிந்திக்கலானான்.

புன்முறுவலுடன் கோவிந்தன் என்ற புத்தத் துறவி செல்வதைக் கண்கொட்டாமல் பார்த்துக் கொண்டிருந்தான். அவனுடைய ஆழ்ந்த தூக்கம் அவனை வலிமையாக்கியிருந்தது. இருப்பினும் பசி மிகவும் கொடூரமாக இருந்தது. அவன் உணவு அருந்தியே இரண்டு நாட்களுக்கு மேல் ஆகிவிட்டிருந்தது. உணவின்றியே பல நாட்கள் வாழ முடியும் என்று இருந்த சித்தார்த்தன் மறைந்து பல வருடங்கள் ஓடிவிட்டன. அந்த நாட்களை நினைத்து சிரித்துக் கொண்டான். இடுக்கண் வருங்கால் நகுக. அந்த நாட்களில் தன்னுடைய சிறந்த தாரக மந்திரங்களான 'விரதமிருத்தல், காத்திருத்தல், சிந்தனை செய்தல்' என்ற மூன்றையும் எவ்வளவு கம்பீரமாகத் தன் அன்புக் கமலாவிடம் சொல்வதில் மட்டுமல்லாமல் செய்வதிலும் உயர்ந்தவனாக இருந்த காலம் மலையேறிவிட்டது. இவை மூன்றும் அவனுடைய விலை மதிக்க முடியாத சொத்துக்கள். அவனுடைய இளமைக் காலத்தில் அவன் சம்பாதித்தது இந்த மூன்று அரிய சொத்துக்கள் மட்டுமே. அதையெல்லாம் அவன் இழந்துவிட்டான். அவனிடம் இந்த மூன்றில் ஒன்றுகூட இப்பொழுது இல்லை.

உலகில் வேகமாக மறைந்து ஒழியக் கூடிய கேவலமான உடல் சம்பந்தப்பட்ட இன்பங்களுக்காக அதை விலைபேசி விற்று விட்டான். ஏதோ உயர்ந்த வாழ்க்கையாம், செல்வமாம், இவையெல்லாம் அந்த மூன்றிற்கு ஈடாகுமா ? இனம் புரியாத தவறான வழியில் போய்விட்டான். அனைத்தையும் இழந்து ஒரு சாதாரண மனிதனாகிவிட்டான்.

சித்தார்த்தன் தன் நிலைமையை நினைத்துப் பார்த்தான். நினைத்துப் பார்க்கவே அருவருப்பாக இருந்தது. இருந்தாலும் அதைச் செய்வதைத் தவிர வேறு வழியில்லை.

இப்பொழுது உலக மாயை சம்பந்தப்பட்ட அனைத்துப் பொருட்களும் என்னை விட்டு மறுபடியும் போய்விட்டன. நான் இப்பொழுது தனிமரமாய், ஒரு சிறு குழந்தையைப் போல, நிற்கிறேன் என உணரலானான். என்னுடையது என்று எதுவும் இல்லை. எனக்கு ஒன்றும் தெரியாது. நான் எதையும் அறிந்திருக்கவில்லை. எந்த அறிவுமில்லை. இது ஒரு புதிய அனுபவமாக உள்ளது. என்னிடம் இப்பொழுது முன்பிருந்த இளமை இல்லை. என்னுடைய தலைமுடி வேகமாக நரைப்பதைக் காண்கிறேன். உடல் வலிமை குறைவதை உணர்கிறேன். ஒரு குழந்தையைப் போல் மறுபடியும் புது சகாப்தத்தை ஆரம்பிக்கிறேன். தன் தலைவிதியை நினைத்து தானே சிரித்துக் கொண்டான். அவன் பின்னோக்கிச் செல்ல ஆரம்பித்தான். வெறுமையாக நிற்பதை உணர்ந்தான். இந்த உலகத்தில் ஒன்றும் அறியாமல் இருப்பதை உணர்ந்தான். ஆனால் அதைப்பற்றியெல்லாம் கவலை கொள்ளவில்லை. கவலை என்ற உணர்வே இல்லை. அதை நினைத்து சிரிக்கவே தோன்றியது. தன்னை நோக்கியே சிரித்துக் கொண்டான். இந்த முட்டாள் உலகத்தைப் பார்த்து சிரித்தான்.

இப்படித் தன்னைத் தானே பார்த்து சிரித்துக் கொண்டிருக்கையில், தன் அருகில் அமைதியாக ஓடிக் கொண்டிருந்த அந்த ஆற்றை நோக்கினான். அந்த ஆறும் பின்னோக்கி ஓடுவதாக உணர்ந்தான். ஆனால் அது சந்தோஷமாக பாடிக் கொண்டு அதைச் செய்து கொண்டிருந்தது. அதன் போக்கு அவனை மிகவும் ஈர்த்தது. ஆற்றைப் பார்த்து குதூகலமாக சிரித்தான். இந்த ஆற்றில் தானே தன்னை நூறு நூறு ஆண்டுகளுக்கு முன்பு முழுமையாக நனைத்து விளையாட நினைத்தான். அல்லது அது ஒரு கனவா?

அவனுடைய வாழ்க்கை எவ்வளவு விசித்திரமானது என்று நினைக்கத் தோன்றியது. புரியாத பாதைகளில் நீண்ட நெடிய பயணம். சிறுவனாக இருந்த போது கடவுள்கள், வழிபாடுகள், இளைஞனாக மாறிய போது மந்திரங்கள், தியானங்கள்,

சிந்தனைகள், பிரம்மத்தைத் தேடிக் கொண்டிருந்தேன். சுத்த ஆத்மாவைத் தேடினேன். வாலிப வயதில் சந்நியாசத்தை விரும்பி ஏற்றுக் கொண்டேன். காடுகளில் அலைந்து திரிந்தேன். சூடும் குளிரும் ஒரு பொருட்டல்ல. விரதமிருக்கக் கற்றுக் கொண்டேன். என் உடம்பை என் வசப்படுத்தக் கற்றுக் கொண்டேன். புத்தரின் போதனைகளில் இருந்த ஆழத்தை அறிந்து கொண்டேன். என்னுடைய உடம்பில் இரத்தம் எப்படி சீராக சுற்றிக் கொண்டிருக்கிறதோ அதைப் போல இந்த உலகத்தில் நிலவுகின்ற ஓர் ஒழுங்கைக் கண்டேன். ஞானம் பெற்ற புத்தரிடமிருந்து அவருடைய போதனைகளிலிருந்து விலகி வந்தேன். கமலாவிடம் காமத்தைக் கற்றுக் கொண்டேன். காமசாமியிடம் வியாபாரத்தைக் கற்றுக் கொண்டேன். பணம் குவித்தேன். வீண் செலவு செய்தேன். ருசியான உணவுக்கு என் நாவை தயார்படுத்திக் கொண்டேன். என்னுடைய உணர்வுகளைத் தட்டி எழுப்பினேன். இப்படியாக வாழ்வைக் கழித்து என் அறிவை இழந்தேன். சிந்தனா சக்தியை இழந்தேன். எல்லா பொருட்களிலும் உள்ள ஓர் ஒற்றுமையை மறந்தேன். இப்படியாக ஒரு சிறந்த மனிதன் என்ற நிலையிலிருந்து கீழிறங்கி ஒரு குழந்தை ஆனேன். சிந்தனையாளன் என்ற நிலையிலிருந்து சீரழிந்தவன் என்ற நிலையை அடைந்தேன். அதுவும் நன்றாகத்தான் தோன்றியது. ஆனால் என் நெஞ்சத்தில் குடிகொண்டிருந்த அந்தப் பறவை இறந்து விட வில்லையே.

எவ்வளவு மோசமான பாதையைத் தேர்ந்தெடுத்துவிட்டேன். மூடத்தனம் நிறைந்த, களங்கங்கள் நிறைந்த, வாந்தி வரக்கூடிய குற்றங்கள் நிறைந்த மிகமிக கேவலமான மோசமான பாதை. ஆனால் அதுவும் நன்றே. மீண்டும் ஒரு புது மனிதனாக, குழந்தையாக உருவெடுக்க உதவியதே. அப்படித்தான் நடக்க வேண்டும் என்று என் உள்ளம் கூறுகிறது. நம்பிக்கை நாசமாகி, நிலை குலைந்து தற்கொலைக்குத் தள்ளப்பட்டால்தான் அந்த 'ஓம்' என்ற மூல மந்திரத்தை மறுபடியும் கேட்க முடியும். ஆழ்ந்து தூங்கினால்தான் புத்துணர்வு பெற முடியும். மறுபடியும் முட்டாளானால்தான் என்னுள் உறைந்திருக்கும் ஆத்மாவை அறிய முடியும். பாவம் செய்தபின்னே வாழ முடியும். இந்தப் பாதை அதை நோக்கி கொண்டு செல்லுமா? இந்தப் பாதை முட்டாள்தனமானது.

பல சுற்றுக்களைக் கொண்டது. சொல்லப் போனால் பல வட்டங்களைக் கொண்டது. ஆனால் இந்தப் பாதை என்னை எங்கு இழுத்துச் சென்றாலும் நான் போகத் தயார்.

தன்னுள் அளவிடற்கரிய ஒரு சந்தோஷம் பெருக்கெடுப்பதை அவனால் உணர முடிந்தது.

அது எங்கிருந்து வருகிறது என்று தன்னைத் தானே கேட்டுக் கொண்டான். இந்த மட்டில்லா மகிழ்ச்சிக்குக் காரணம் என்ன? நீண்ட ஆழ்ந்த தூக்கத்தின் வெளிப்பாடா? அல்லது 'ஓம்' என்ற மந்திரத்தை உச்சரித்ததனால் கிடைத்த விளைவா? அல்லது என் முந்தைய நிலைகளை விட்டு ஓடி வந்ததன் விளைவா? நான் இப்பொழுது ஆகாயத்தினடியில் எந்தத் தடையுமில்லாமல் நிற்கும் ஒரு குழந்தையைப் போல் உணர்கிறேன். ஆஹா, இது எவ்வளவு ஆனந்தமாக இருக்கிறது! முற்றிலுமாக ஒரு விடுதலை. நான் எந்த இடத்திலிருந்து ஓடி வந்தேனோ, அந்த இடம் வேதனைகள் நிறைந்த இடமாகவல்லவா இருந்திருக்கிறது. அந்தப் பணக்கார உலகத்தை, வீண் பொழுதை விளையாட்டில் கழிக்கும் அந்த உலகத்தை வெறுக்கிறேன். அங்கே நாட்களைக் கழித்த என்னையே வெறுக்கிறேன். எனக்கு நானே விஷமல்லவா கொடுத்துக் கொண்டிருந்திருக்கிறேன். என்னை நானே வயதாக்கி அசிங்கப்படுத்திக் கொண்டேன். இனிமேல் அப்படி நிச்சயம் நடக்காது. சித்தார்த்தன் புத்திசாலி என்ற கர்வம் இனிமேல் நிச்சயம் கிடையாது. ஆனால் ஒன்று நல்லது நடந்துள்ளது. அந்த கேடுகெட்ட உலகத்தை விட்டு ஓடி வந்துவிட்டேன். அதற்கு ஒரு முற்றுப்புள்ளி வைத்துவிட்டேன். சூன்யம் நிறைந்த முட்டாள்தனமான அந்த வாழ்க்கையை முடித்து விட்டேன். 'சித்தார்த்தா எப்படியோ அந்த அசிங்கமான வாழ்க்கைக்கு முடிவு வந்ததே ஒரு நல்ல சிந்தனைதான். நீ இப்பொழுது உன் மனதில் அந்தப் பாடும் பறவையின் இனிய கீதத்தைக் கேட்க ஆரம்பித்துவிட்டாய்! என்று தன்னைத் தானே தேற்றிக் கொண்டான்.

தன்னைத் தானே தேற்றிக் கொண்டது மட்டுமல்லாது தன்னைத் தானே புகழ்ந்தும் கொண்டான். இருந்த போதிலும்

பசியால் அவனது அடிவயிறு பற்றி எரிவதை உணர்ந்தான். வாழ்க்கையில் துன்பம், துயரம், அசிங்கம் என்றவற்றின் ஒரு பகுதியை சுவைத்து வெளியேற்றியாகிவிட்டது. அவற்றை வெறுக்குமளவுக்கு ஏன் சாவின் விளிம்பு வரைக்கும் அதை நுகர்ந்தாகிவிட்டது. எல்லாம் நன்மைக்கே. காமசாமியுடனேயே இன்னும் சில காலம் கழிந்திருக்கலாம். பட்டு மெத்தை என்ன? பகட்டான வாழ்க்கை என்ன? இப்படியாக உடம்பை வளர்த்திருக்கலாம். உள்ளத்தை ஒதுக்கி இருக்கலாம். ஆம் அந்த வாழ்க்கை அனைத்து சுகங்களையும் அளிக்கும் ஒரு நரகம். இவையெல்லாம் நடந்திருக்காவிட்டால் இப்படிப்பட்ட நம்பிக்கை இழந்த மோசமான இந்த நிலைக்குத் தள்ளப்பட்டிருப்பேனா. தற்கொலை செய்து கொள்ளக் கூடிய நிலைக்கு வந்திருப்பேனா? ஆனாலும் இந்த நிலைமை என்னை வெற்றி கொண்டுவிடவில்லை. அந்த கானப் பறவை என் நெஞ்சத்தில் துடித்துக் கொண்டிருக்கிறது. அந்த பாடும் பறவை இன்னும் இறந்துவிடவில்லை. அந்த இளவேனிற் காலம் அதன் கீற்று இன்னும் உயிருடன்தான் இருக்கிறது. அதனால்தான் நான் இன்றும் எக்களிப்பில் இருக்கிறேன். அதனால்தான் முடி நரைத்து முதிர்ந்து போன காலத்திலும் முகத்தில் ஒளி மங்காமல் இருப்பது அந்த வசந்தகால நினைவுகளால் மட்டுமே.

நல்லதையும் கெட்டதையும் ஒருவன் தானே அனுபவித்து உணர்ந்து கொள்வது மிகச் சிறந்ததே. நான் குழந்தையாக இருந்த போது, உலகாதய இன்பங்களும் செல்வமும் வீண் என்று நினைத்தேன். அறிந்து இருந்தேன். ஆனால் அதை இப்பொழுதுதான் அனுபவித்து அறிந்து கொண்டேன். இந்த அனுபவம் என் புத்தியை மட்டும் நிரப்பவில்லை. என் வயிற்றை, என் இதயத்தை, என் கண்களை, மொத்தமாக என் உடம்பையே நிரப்பிவிட்டது. இந்த அனுபவம் பூரணம். இதுவும் நன்றே.

அவனுக்கு நேர்ந்த இந்த அனுபவத்தை நெடு நேரம் நினைத்துப் பார்த்துக் கொண்டிருந்தான். ஆனந்தமாகப் பாடும் அவனுடைய அந்தக் கானப் பறவையின் பாட்டை கேட்க ஆரம்பித்தான். அந்தப் பறவை மட்டும் இறந்திருந்தால், அவனும் மடிந்திருப்பான். ஆனால் வேறு ஏதோ ஒன்று அவனுள் இறந்து

விட்டிருந்ததை அவன் உணர்ந்தான். நீண்ட நாட்களாக ஆசைப்பட்ட ஒன்று அழிந்திருக்க வேண்டும். தான் துறவியாக இருந்தபோது, தன்னுள் இருந்த ஒன்றை எப்படியாவது அழிக்க நினைத்தானோ, அது அழிந்துவிட்டது. அதுதான் அவனது அகங்காரமோ. நான் என்ற அகங்காரமோ. அதனை எத்தனை நாட்கள் மல்லுக்கட்டித் தன்னுள்ளே வைத்திருந்தான். இந்த அகங்காரம் அவனை பலமுறை வெற்றி கொண்டுள்ளது. மறுபடியும் மறுபடியும் தலை தூக்கிக் கொண்டிருந்தது. அது அவனுடைய சந்தோஷத்தைக் கொன்றுவிட்டது. அதற்குப் பதில் பயத்தை ஏற்படுத்தியது. அந்த நான் தான் இப்பொழுது செத்து மடிந்து விட்டதோ, அதனால்தான் இந்த ஆற்றங்கரையில் அழகான தோப்பில் ஒரு குழந்தையைப் போல் பயமில்லாமல், முழு சந்தோஷத்துடனும், நம்பிக்கையுடனும் இருக்கிறேனோ ?

தான் ஒரு பிராமணனாக, அனைத்தையும் துறந்த துறவியாக இருந்தபோது, வீணாகத் தன் சுயத்துடன் எவ்வளவு பெரிய ஒரு போராட்டத்தை நடத்தியிருக்கிறோம் என்பதை சித்தார்த்தன் உணர்ந்தான். இதற்கு அஸ்வதிவாரமாக இருந்தது அவனுடைய அதிகபட்ச அறிவா ? அவன் அறிந்து வைத்திருந்த மந்திரங்களின் வரிகளா ? மதச் சடங்குகளா ? அல்லது ஆன்மாவை விட இந்த மானிட உடலுக்குக் கொடுத்த மதிப்பும் மரியாதையுமா ? மொத்தத்தில் மமதை கொண்டவனாக அல்லவா இருந்துவிட்டான். மற்றவர்களை விட புத்திமானாக, அனைவரையும் மிஞ்சியவனாக, அதிகம் படித்தவனாக, அறிந்தவனாக, புத்திக் கூர்மையுள்ளவனாக, பூசாரியாக, துறவியாக இவ்வாறான எண்ணங்களையுடையவனாக இருந்ததால் மமதையுடன் இருந்துவிட்டான். அவனுடைய சுயம் பூசாரித்தனத்தினுள்ளும், அகங்காரத்தினுள்ளும், புத்தியினுள்ளும் நுழைந்து விட்டது. உபவாசத்தினாலும், தவத்தினாலும் அதை அழிப்பதாக அவன் நினைத்தான். ஆனால் அது நன்றாக அமர்ந்ததோடல்லாமல், முளைவிட்டு வளர ஆரம்பித்தும் விட்டது. எந்த ஓர் ஆசானாலும், குருவாலும், முக்தியை மற்றவருக்குக் கொண்டுவந்து கொடுக்க முடியாது என்று தன்னுடைய மனச்சாட்சி கூறுவது சரியே என்பதை அறிந்தும் புரிந்தும் கொண்டான். அதனாலேயே உலக

வாழ்க்கையில் உழல வேண்டி வந்தது. மண்ணாசை, பெண்ணாசை, பொன்னாசை இவைகளில் தன்னை இழக்க வேண்டி வந்தது. அதன் பொருட்டு என்னிடம் இருந்த பூசாரித்தனமும், சாமணத் தன்மையும் சாகும் வரை ஒரு வியாபாரியாக, சீட்டாட்டக்காரனாக, குடிகாரனாக, சொத்து சேர்ப்பவனாக ஆக வேண்டி வந்தது.

அதை நினைத்தாலே வாந்தி வரும், அந்த பயங்கரமான, கோரமான வாழ்க்கை வாழ வேண்டி வந்தது. அது ஒரு பைத்தியக்கார உதவாக்கரை வாழ்க்கை என்பதை புரிவதற்கு இந்த இன்பமென்று அனைவரும் கூறுகிற நரக வாழ்க்கை வாழ வேண்டி வந்தது. அந்த சித்தார்த்தன் இறந்துவிட்டான். புது சித்தார்த்தன் அவனுடைய தூக்கத்திலிருந்து விழித்துக் கொண்டான். அவனும் வளருவான். ஒருநாள் இறப்பான். சித்தார்த்தன் ஒரு மாயை. அனைத்துமே மாயை. ஆனால் இப்பொழுது ஒரு குழந்தை சித்தார்த்தன் விழித்து விட்டான். புதிய சித்தார்த்தன், இப்பொழுது மகிழ்ச்சியாக இருக்கிறான்.

இந்த எண்ணங்கள் அவனது மனதில் ஊசலாடின. புன்முறுவல் பூத்தபடி அவன். வயிறு என்ன சொல்கிறது என்பதைக் கவனித்தான். ரீங்காரமிடும் தேனீயை நன்றியோடு நோக்கினான். ஆர்ப்பரிக்கும் ஆற்றை ஆனந்தமாக உற்று நோக்கினான். ஒரு போதும் இதைப் போல ஒரு ஆறு தன்னைக் கவர்ந்ததை இதுவரை உணர்ந்ததில்லை. பாய்ந்து ஓடும் தண்ணீரின் அழகும், ஆர்ப்பரிப்பும் இது போல அழகாக ஒரு போதும் அவனுக்குத் தோன்றியதில்லை. அந்த ஆறு அவனுக்கு ஏதோ விஷேசமான சேதி ஒன்றை சொல்லத் துடிப்பதைப் போல் உணர்ந்தான். தான் இதுவரை அறிந்திராத, தனக்காகவே காத்திருக்கும் சேதியாகவே அதை உணர்ந்தான். சித்தார்த்தன் அந்த ஆற்றில் முழுமையாக முங்கி எழ வேண்டி ஆவல் கொண்டான். வயதான அலுத்துக் களைத்த, விரக்தியுற்ற சித்தார்த்தன் இன்று அதில் முழுமையாக மூழ்கியே விட்டான். இந்த புதிய சித்தார்த்தனுக்கு, ஓடிக் கொண்டிருக்கும் அந்த ஆற்று நீரின் மேல் அளவு கடந்த ஆழமான காதல் ஏற்பட்டிருப்பதை உணர்ந்தான். இந்த ஆற்றை விட்டு அவ்வளவு சீக்கிரமாக இனி அகல்வதில்லை என முடிவு செய்தான்.

❖❖❖

9
படகோட்டி

இந்த ஆற்றின் அருகிலேயே அமர்ந்து விட வேண்டியது தான் என சித்தார்த்தன் நினைத்தான். இந்த ஆற்றைதான் முன்னொருமுறை அந்த நகரத்திற்குச் செல்வதற்காகக் கடந்தான். ஒரு படகோட்டி நண்பன்தான் ஆற்றைக் கடப்பதற்கு உதவி புரிந்தான். அவனிடம் நான் செல்கிறேன். அவனுடைய குடிசையிலிருந்துதான் எனது ஒரு புதிய வாழ்க்கைக்கு பாதை ஆரம்பமானது. அந்த வாழ்க்கை இப்பொழுது மிகப் பழையது, இறந்துபோன ஒன்று. என்னுடைய இப்போதைய புதிய வாழ்க்கையின் பாதையும் அங்கிருந்தே ஆரம்பமாகட்டும்.

ஓடும் ஆற்று நீரை அன்பாக உற்று நோக்கினான். அந்த ஆற்று நீரின் ஆழத்தில் கண்ட அந்தப் பச்சை நிறம், ஓடும் நீரின்

மடிப்புகளில் தோன்றும் அந்த பளிங்கு போன்ற தோற்றம் இவற்றையெல்லாம் அன்போடு கவனித்தான். அடி ஆழத்திலிருந்து பிரகாசமான முத்துக்கள் எழுவதைப் பார்த்தான். கண்ணாடியில் குமிழ்கள் மிதப்பதைப் பார்த்தான். அதில் ஆகாயத்தின் நீல நிறம் பிரதிபலிப்பதைக் கண்டான். ஆயிரம் கண்கள் கொண்டு அந்த ஆறு தன்னைப் பார்ப்பதைப் போல் உணர்ந்தான். ஒவ்வொரு கண்ணும் பச்சை, வெள்ளை, crystal, நீலம் என்ற பல வண்ணங்களைக் கொண்டிருந்தது. ஆனந்தமாக அந்த ஆற்றை நேசித்தான். எவ்வளவு நேசமாக அந்த ஆறு அவனை மகிழ்வித்தது. அவன் அந்த ஆற்றிற்கு எவ்வளவு நன்றியுள்ளவனாக இருப்பதாக உணர்ந்தான். அவனுடைய இதயத்தில் புதியதாக உதயமான ஓர் ஒலி பேசுவதைக் கேட்டான். அது கூறியது, "இந்த ஆற்றை நேசி, அதனருகில் வாசம் செய், அதனிடமிருந்து கற்றுக்கொள்". ஆம் அதனிடமிருந்து கற்றுக்கொள்ள ஆசைப்பட்டான். அதைக் கேட்க விழைந்தான். இந்த ஆற்றை முழுமையாக அறிந்தவர் யாராக இருந்தாலும் அதனிடமிருந்து அநேக இரகசியங்களை உணர்ந்து கொள்ளலாம். இன்னும் பல இரகசியங்களை, ஏன் அனைத்து இரகசியங்களையும் அறிந்து கொள்ளலாம்.

ஆனால் இன்று ஆற்றின் ஒரு இரகசியத்தை மட்டுமே பார்த்தான். அது தன் ஆன்மாவை கவ்விக் கொண்டது. அந்த நீர் இடைவிடாமல் ஓடியது, ஓடிக் கொண்டிருந்தது. ஆனாலும் அங்கேயே எப்போதும் இருந்தது. எப்பொழுதும் அதே நீர். ஆனால் ஒவ்வொரு நொடியும் புதிய நீர். யார் இதை அறிய முடியும். நினைத்திருக்க முடியும். அவன் அதை அறிந்திருக்கவில்லை.

சித்தார்த்தன் எழுந்தான். வயிற்றுப் பசி மிகக் கொடூரமாக இருந்ததை உணர்ந்தான். அந்த பசியுடன் ஆற்றங்கரையில் அலைந்தான். ஆற்று நீரின் அந்த மெல்லிய ஓசையைக் கவனித்தான். அவனுடைய கோரப் பசியையும் உணர்ந்தான்.

படகுத் துறையை அடைந்தபோது, அங்கே படகையும், படகோட்டியையும் கண்டான். அந்தப் படகோட்டி தான் இளைஞனாயிருந்த சாமணனை படகில் ஏற்றி ஆற்றைக் கடக்க உதவி புரிந்தான். சித்தார்த்தன் அவனை அடையாளம் கண்டு

கொண்டான். படகோட்டிக்கும் அதிகம் வயதாயிருந்தது. ''என்னை அக்கரைக்கு இட்டுச் செல்ல முடியுமா'' என்று கேட்டான்.

மற்றவர்களிலிருந்து மாறுபட்ட இயல்புடைய ஒரு மனிதன் அங்கே காலில் செருப்பில்லாமல் அலைந்து திரிவதைப் பார்த்து, படகோட்டிக்கு ஆச்சரியமாக இருந்தது. எனினும் அவனை படகில் ஏற்றிக் கொண்டு புறப்பட்டான்.

'நீ ஒரு சிறந்த வாழ்க்கையைத் தேர்ந்தெடுத்துள்ளாய். இந்த ஆற்றின் பக்கத்தில் வாழ்க்கையைக் கழிப்பதும், தினமும் இந்த ஆற்றில் படகோட்டுவதும் மிக மிக நேர்த்தியான ஒன்று' என்று சித்தார்த்தன் கூறினான். படகோட்டி துடுப்பை அசைத்தபடி மெல்லிய புன்னகை பூத்தான்.

'நேர்த்தியானதுதான். ஆனால் வேறொரு வாழ்க்கை, வேறொரு வேலை நேர்த்தியானதில்லையா?'

'இருக்கலாம். ஆனால் உன்னைக் கண்டு பொறாமை கொள்கிறேன்'.

''ஓ! விரைவிலேயே இந்த வாழ்க்கை புரிந்துவிடும். உன்னைப் போன்று நேர்த்தியான உடைகள் அணிந்துள்ளவனுக்கு இந்த வாழ்க்கை சரிப்பட்டு வராது''.

'நான், அணிந்திருக்கும் ஆடைகளால் தவறாக மதிப்பிடப் படுகிறேன். சந்தேகக் கண்கொண்டு பார்க்கப்படுகிறேன். இந்த ஆடைகளை நீ பெற்றுக் கொள்கிறாயா? என்னைப் பொருத்த மட்டில் இவைகள் எனக்கு ஒரு தொல்லை. ஒன்றை நான் உங்களுக்குக் கூறிக் கொள்ள விரும்புகிறேன். உங்களுக்கு கூலி கொடுப்பதற்கு என்னிடம் பணம் ஏதும் இல்லை.

''உடைகளைக் கொடுத்துவிட்டு நீங்கள் என்ன செய்யப் போகிறீர்கள்''.

''மேலும் நான் எங்கேயும் செல்வதாகக் திட்டம் ஏதும் இல்லை. எனக்கு ஏதாவது பழைய துணிகளைக் கொடுத்துதவி என்னை உங்களுடைய உதவியாளானக வைத்துக் கொள்ள முடியுமா? கூடிய சீக்கிரம் உங்களிடமிருந்து படகோட்டக் கற்றுக் கொள்வேன்'' என்றான் சித்தார்த்தன்.

சித்தார்த்தன் இவ்வாறு பேசியதைக் கேட்ட படகோட்டி அவனை வைத்த கண் வாங்காமல் நெடு நேரம் பார்த்துக் கொண்டிருந்தான்.

''நான் இப்பொழுது உன்னை யார் என்று தெரிந்து கொண்டேன். நீ ஒருமுறை என்னுடைய குடிசையில் உறங்கி ஒரு இரவைக் கழித்தாயல்லவா! ஆம் அது நடந்து நெடு நாட்கள் ஆகிவிட்டன. கிட்டத்தட்ட 20 வருடங்கள் இருக்கும். நான் உன்னை என் படகில் ஏற்றி அக்கரையில் சேர்த்தேன். நண்பர்களாகி விடை பெற்றோம். அப்பொழுது நீ ஒரு சாமணனாக அல்லவா இருந்தாய். உன் பெயரைக் கூட நான் மறந்துவிட்டேன்'' என்று படகோட்டி கூறினான்.

''என் பெயர் சித்தார்த்தன். நான் அப்பொழுது ஒரு சாமணனாக இருந்தேன்''.

''வா, சித்தார்த்தா. என் பெயர் வாசுதேவன். நீ இன்றிரவு என் விருந்தாளி. என்னுடைய குடிசையில் இன்றிரவு நீ தங்கலாம். சரி. நீ எங்கிருந்து வருகிறாய். ஏன் நீ அணிந்திருக்கும் உடைகளின் மேல் அப்படி ஒரு வெறுப்பு''

இப்படியாக இருவரும் பேசிக் கொண்டு, ஆற்றின் மத்திக்கு வந்துவிட்டனர். வாசுதேவன் ஆற்று நீரின் வேகத்தை எதிர்த்து படகைச் செலுத்தினான்.

தன்னுடைய முழு ஈடுபாட்டுடன் படகோட்டி செய்யும் அந்த வேலையை சித்தார்த்தன் கூர்மையாகக் கவனித்தான். சாமணனாக தான் கழித்த அந்த கடைசி நாட்களை சித்தார்த்தன் நினைவு கூர்ந்தான். அது சமயம் இந்த படகோட்டி மீது ஏற்பட்ட ஓர் அலாதி அன்பினையும் நினைத்துப் பார்த்தான். இப்போதைய வாசுதேவனின் அழைப்பையும் ஏற்று அவனது குடிலில் தங்க முடிவு செய்தான். கரையை அடைந்ததும் அந்தப் படகை ஒரு மரத்தில் கட்டுவதற்கு சித்தார்த்தன் உதவி செய்தான். இருவரும், பின், குடிலை அடைந்ததும் வாசுதேவன் அளித்த மாம்பழத்தையும், ரொட்டியையும் சாப்பிட்டு விட்டு சித்தார்த்தன் தண்ணீரைக் குடித்தான். இதையெல்லாம் மிகவும் அனுபவித்துச் செய்தான்.

பின்னர், சூரியன் மறையும் அந்த வேளையில் ஆற்றின் பக்கத்தில் ஒடிந்து கிடந்த ஒரு மரத்தின் கிளையில் அமர்ந்து இருவரும் பழைய வாழ்க்கையைப் பகிர்ந்து கொண்டனர். நேரமோ நடுநிசியைக் கடந்துவிட்டது.

சித்தார்த்தனின் வாழ்க்கை வரலாற்றை அவன் கூறக் கூற, வாசுதேவன் அதை கூர்ந்து கேட்டுக் கொண்டான். சித்தார்த்தனின் குழந்தைப் பருவம், அவனது படிப்பு, சாமண வாழ்க்கை, கமலாவுடன் சல்லாபம், பின்பு அந்த வாழ்க்கை மேல் ஒரு சலிப்பு. இவை அனைத்தும் சுவாரஸ்யமாக இருந்தது. மனிதர்களின் குணாதிசயங்களில் மாணிக்கமாகத் திகழ்வது, அடுத்தவர்கள் சொல்வதை அதீத ஈடுபாட்டுடன் கேட்பது. அது வாசுதேவனிடம் இயற்கையாகவே அமைந்திருந்தது. மறுமொழி ஏதும் பேசாமலே, ஆனால் ஒருவர் சொல்வதை முழுமையாக உள் வாங்கிக் கொள்கிறார் என்ற நம்பிக்கையை ஏற்படுத்தும் வகையில் வாசுதேவன் சித்தார்த்தன் சொன்னதையெல்லாம் கூர்மையாகக் கேட்டறிந்து கொண்டான். அவன் பொறுமையற்று விடவில்லை, அனைத்தையும் கேட்டுவிட்டு புகழவுமில்லை, இகழவுமில்லை. கவனமாகக் கேட்டுக் கொண்டான். அவ்வளவே. இப்படி ஓர் அற்புத மனிதர் தனக்குக் கிடைத்ததை நினைத்து சித்தார்த்தன் பெருமிதம் கொண்டான். மற்றவருடைய கவலைகளை, பரிதவிப்புகளை எப்படி தன்னுடையதைப் போல் உள்வாங்கிக் கொள்கிறார்.

சித்தார்த்தன் தன் முழுக்கதையையும் சொல்லி முடித்த பின்பு, சித்தார்த்தன், இந்த ஆற்றங்கரையில் ஒரு மரத்தின் மீது விழுந்து தன்னை மறந்து உறங்கிப் போனதையும், வாழ்க்கையில் நம்பிக்கை இழந்ததையும், அவனுடைய உள் உணர்வில் ஒலித்த அந்த 'ஓம்' என்ற பிரணவ மந்திரத்தின் ஒலியையும், நீண்ட ஆழ்ந்த உறக்கத்தின் பின் எழுந்த போது இந்த ஆற்றின் மேல் தனக்கு ஏற்பட்ட காதலையும் விவரித்த போது வாசுதேவன் இரட்டிப்பு கவனத்தோடு கண்களை மூடிக் கேட்கலானான்.

சித்தார்த்தன் கூறி முடித்தபின், ஒரு நீண்ட நிசப்தம் இருவருக்கிடையே நிலவியது. பின்பு, "நான் நினைத்தது போல், இந்த ஆறு உன்னுடன் பேசியுள்ளது. இது உன்னுடைய நண்பனாகி விட்டது. அது மிக மிக நன்றே. என்னுடன் நீ தங்கலாம்.

எனக்கு ஒரு மனைவி இருந்தாள். என் படுக்கையின் பின் பக்கத்திலேயே அவளுக்கும் ஒரு படுக்கை உண்டு. அதில் படுத்துக் கொள்ளலாம். நான் தனிமையில் வாழத் தொடங்கி பல நாட்கள் ஆகிவிட்டன. நீ என்னுடன் இனி தங்கலாம். நம் இருவருக்கும் உணவும் இருப்பிடமும் இருக்கிறது'' என்று வாசுதேவன் கூறினான்.

''மிக்க நன்றி. உங்கள் அழைப்பை ஏற்றுக் கொள்கிறேன். நான் இதுவரை கூறியதைப் பொறுமையாகவும், முழுக் கவனத்துடனும் கேட்டதற்கு மிக்க நன்றி. ஒரு சில மாமனிதர்களால் மட்டுமே பிறர் கூறுவதைப் பொறுமையாகக் கேட்க முடியும். அதில் நீங்கள் ஓர் அற்புத மனிதன். நான் இப்படி ஒரு மனிதரை இதுவரை சந்தித்ததே இல்லை. இந்தக் கலையை உங்களிடமிருந்து நான் கற்றுக் கொள்ள விரும்புகிறேன்'' என்று சித்தார்த்தன் கூறி மகிழ்ந்தான்.

''நீ கற்றுக் கொள்வாய். ஆனால் என்னிடமிருந்தன்று. எப்படி மற்றவர் சொல்வதை கவனமாகக் கேட்பது என்பதை இந்த ஆறுதான் எனக்குக் கற்றுக் கொடுத்தது. நீயும் அதனிடமிருந்து கற்றுக் கொள்வாய். இந்த ஆற்றிற்கு எல்லாமே தெரியும். நீ அனைத்தையும் அதனிடமிருந்தே கற்றுக் கொள்ளலாம். எப்படி கீழ் நோக்கி இந்த நீரோட்டத்தில் செல்வது, மூழ்குவது, அடி ஆழத்தை அறிவது போன்ற பலவற்றை நீ ஏற்கனவே இந்த ஆற்றிடமிருந்து கற்றுக் கொண்டுதானிருக்கிறாய். மற்றவர்களிடமிருந்து மாறுபட்ட இந்த சித்தார்த்தன் சீக்கிரமே ஒரு சிறந்த படகோட்டியாக வருவான். சித்தார்த்தன் என்ற கற்றறிந்த இந்த பிராமணன் ஒரு சிறந்த படகோட்டியாவான். நீ இந்த ஆற்றிடமிருந்து கற்றிருக்கிறாய். இன்னும் நிறைய மற்றவற்றையும் கற்றுக் கொள்வாய்'' என்று வாசுதேவன் கூறி முடித்தான்.

சிறிது, இடைவெளிக்குப் பின், ''என்ன மற்றவை?'' என்று சித்தார்த்தன் வினா எழுப்பினான்.

''நேரமாகி விட்டது. படுக்கைக்குச் செல்வோம். மற்றவை என்ன என்பதை என்னால் கூற இயலாது. நீயே விரைவில் அறிந்து கொள்வாய். ஏற்கெனவே அறிந்து கூட இருக்கலாம். நான் கற்றுத் தேர்ந்தவன் அல்லன். எனக்கு பேசுவதற்கோ, சிந்தனை

செய்வதற்கோ தெரியாது. எனக்குக் கவனமாக கேட்கத் தெரியும். அதில் நான் முழுமையான ஈடுபாடு உள்ளவன். மற்றபடி வேறொன்றும் தெரியாது. எனக்குப் பேசவும் கற்றுக் கொடுக்கவும் தெரிந்திருந்தால் நான் ஓர் ஆசிரியனாகியிருக்க முடியும். ஆனால் தற்போது, ஒரு படகோட்டி மட்டுமே. இக்கரையிலிருந்து அக்கரைக்கு ஆட்களை படகில் ஏற்றிக் கொண்டு போக முடியும். ஆயிரக் கணக்கானோரை கரை சேர்த்திருக்கிறேன். அவர்களுக்கெல்லாம், இந்த ஆறு ஒரு பொருட்டே அல்ல. சொல்லப்போனால் இந்த ஆறு அவர்களுடைய பயணத்திற்கு ஒரு பெருந்தடை. பல பேர் பணம் தேடி பயணித்திருக்கிறார்கள். சிலர் வியாபார சம்பந்தமாக, சிலர் கல்யாண காரியங்களுக்காக, சிலர் யாத்ரீகர்களாக இந்த ஆற்றைக் கடந்திருக்கின்றனர். அவர்கள் வழியில் இந்த ஆறு இருந்திருக்கிறது. நான் அவர்களை அக்கரையில் சேர்ப்பதற்காக இருந்திருக்கிறேன். அவ்வளவே. ஆனால், ஒரு சிலருக்கு மட்டும் இந்த ஆறு ஒரு தடையாகத் தெரியவில்லை. ஆயிரத்தில் நான்கு, ஐந்து பேர் அப்படிப்பட்டவர்கள். அவர்கள் இந்த ஆற்றின் குரலைக் கவனித்துக் கேட்டிருக்கின்றனர். எனக்கு அந்த அளவிற்கு இந்த ஆறு புனிதமானதோ, அந்த அளவுக்கு அவர்களும் இதைப் புனிதம் என்று உணர்ந்துள்ளனர். நாம் உறங்கச் செல்லலாம்'' என்று வாசுதேவன் கூறி முடித்தான்.

சித்தார்த்தன், படகோட்டியிடமே தங்கி, படகை எப்படி பராமரிப்பது என்பதைக் கற்றுக் கொண்டான். படகு வேலை இல்லாத போது வாசுதேவனுடன் வயலில் சிறு சிறு வேலைகளைச் செய்தான். சுள்ளி பொறுக்கினான். வாழைப்பழங்களைப் பறித்துக் கொண்டு வந்தான். துடுப்பு செய்வதைக் கற்றுக் கொண்டான். படகை எப்படியெல்லாம் மேம்படுத்தலாமெனக் கற்றுக் கொண்டான். கூடை முடையக் கற்றுக் கொண்டான். சித்தார்த்தன் எதைச் செய்தாலும் அதில் ஒரு நேர்த்தி இருந்தது. முழு ஈடுபாட்டுடன் செய்தான். இப்படியாக பல நாட்கள், மாதங்கள் ஓடிக் கழிந்தன. ஆனால் சித்தார்த்தன் வாசுதேவனிடமிருந்து கற்றதை விட, ஆற்றினிடமிருந்து அதிகமாகக் கற்றுக் கொண்டான். கற்றலை நிறுத்தவில்லை. எப்படி மற்றவர் சொல்வதை திறந்த மனதுடன், ஆசாபாசங்களுக்கு இடங்கொடுக்காமல், தன்னுடைய

வாதத்தையும் முடிவையும், தீர்ப்பையும் முன் வைக்காமல், சொந்த விருப்பு வெறுப்புகளுக்கு இடம் கொடுக்காமல் கவனமாகக் கேட்பது என்பதை இந்த ஆற்றிடமிருந்து கற்றுக் கொண்டான்.

வாசுதேவனுடன் வாழ்க்கை சந்தோஷமாகப் போய்க் கொண்டிருந்தது. எப்போதாவது கருத்துப் பரிமாற்றம் நடக்கும். அதுவும் ஒரு சில வார்த்தைகளில் முடிந்துவிடும். வாசுதேவனுக்கு வார்த்தைகள் நண்பனல்ல. வாசுதேவனைப் பேச வைப்பதில் சித்தார்த்தன் எப்போதாவதுதான் வெற்றி பெற முடிந்தது.

''காலம் என்று ஒன்று கிடையாது என்ற அந்த ரகசியத்தை இந்த ஆற்றிடமிருந்து எப்போதாவது கற்றிருக்கிறாயா?'' என்று சித்தார்த்தன் வாசுதேவனிடம் கேட்டான்.

இந்தக் கேள்வியை சித்தார்த்தன் கேட்ட பின்பு வாசுதேவனின் முகத்தில் ஒரு பிரகாசப் புன்னகை மலர்ந்தது.

''இந்த ஆறு எல்லா இடத்திலும் ஒரே நேரத்தில் இருக்கிறது. அதைத் தானே நீ கூற வருகிறாய்.

முகத்துவாரத்தில், அருவியில், படகுத் துறையில், நீர்ச் சுழலில், கடலில், மலையில் இப்படி எங்கும் வியாபித்திருப்பதைத் தானே கூற வருகிறாய். அது கடந்த கால மற்றும் வருங்கால நிகழ்வுகளில் வாழாமல், நிகழ்காலத்தில் அருமையாக வாழந்து கொண்டிருப்பதைத் தானே கூற வருகிறாய்'' என்று வாசுதேவன் சுதாரித்துக் கொண்டான்.

''ஆம். அதைத்தான் கூறுகிறேன். அதை நானும் அறிந்து கொண்டேன். என்னுடைய வாழ்க்கையையும் ஆய்வு செய்து பார்த்ததில் அதுவும் இந்த ஆற்றைப் போன்றதே. சித்தார்த்தன் என்ற சிறுவன், வாலிபன், இப்போதையை முதியவன் இந்தப் பாகுபாடுகளனைத்தும் நிழலால் மட்டும் வேறுபடுத்தப்பட்டுள்ளன. நிறத்தால் அல்ல. சித்தார்த்தனின் கடந்த கால வாழ்க்கையும், வருங்கால மரணமும் பின்பு பிரம்மத்தை அடைவது அனைத்தும் கடந்த காலத்திலோ வருங்காலத்திலோ இல்லை. சொல்லப் போனால் கடந்த காலத்திலும் வருங்காலத்திலும் எதுவும் இல்லை. நிகழ்காலம் ஒன்றே உண்மை.''

சித்தார்த்தன் இவ்வாறு மிக எழுச்சியுடன் பேசினான். இந்த கண்டுபிடிப்பு அவனை மகிழ்ச்சியில் ஆழ்த்தியது. சொல்லப் போனால் காலத்தில் துக்கமும் இல்லை. சுய சித்தரவதையும் இல்லை, பயமும் இல்லை. காலத்தை ஒருவன் வென்று விட்டால், இவை அனைத்தையும் வென்றவனாகிறான். மிக்க ஆர்வத்துடன் சித்தார்த்தன் பேசினாலும் வாசுதேவன் எல்லாம் சரிதான் என்று நிசாரமாகத் தலை அசைத்து, ஆம் அதுவும் சரிதான் என்ற மௌனத்தில் பதிலளித்தான். சித்தார்த்தனின் தோளை இலேசாகத் தட்டிக் கொடுத்துவிட்டு வாசுதேவன் தன் வேலையைக் கவனிக்க ஆரம்பித்துவிட்டான்.

மழைக்காலத்தில் ஆறு பெரு வெள்ளத்தில் ஆர்ப்பரித்ததைக் கண்டு, ''இந்த ஆற்றிற்கு பல முகங்கள் பலகுரல்கள் உண்டு என்பது உண்மையா? அரசனின் கர்ஜனை, ஒரு படைவீரனின் குரல், எருது எழுப்பும் ஓசை, பாடும் பறவையின் இசை, குயிலின் நாதம், கர்ப்பிணியின் முனங்கல், களைத்து ஓய்ந்த மனிதனின் அங்கலவாய்ப்பு இப்படி ஆயிரமாயிரம் குரல்கள் இந்த ஆற்றிற்கு உண்டு போலும்'' என்று சித்தார்த்தன் சித்தரித்தான்.

''ஆம், இந்த உலகில் வாழும் அனைத்து ஜீவராசிகளின் குரல்களையும் இந்த ஆற்றில் கேட்கலாம்'' என்று வாசுதேவன் நிதானமாக பதிலளித்தான்.

''இப்படி ஆயிரக்கணக்கான குரல்களையும் ஒருமித்து இந்த ஆறு உரைப்பதை ஒரு குரலாக ஒருவனால் கேட்க முடிந்தால், அது எந்த வார்த்தையை உச்சரிக்கிறது என்பதை அறிந்து விடலாம்'' என்று சித்தார்த்தன் தன் கண்டுபிடிப்பைக் கூறினான்.

வாசுதேவனால் தன் சிரிப்பை அடக்க முடியவில்லை. சித்தார்த்தன் காதில் 'ஓம்' என்று மெதுவாகக் கூறினான். இதைத் தானே சித்தார்த்தனும் கேட்டான்.

காலம் செல்லச் செல்ல, சித்தார்த்தனின் புன்முறுவலும் வாசுதேவனுடையதைப் போல் மாறிவிட்டது. சித்தார்த்தனின் அந்தப் புன்னகையில் சூரிய ஒளியின் பிரமிப்பு இருந்தது. முழுமையான சந்தோஷம் இருந்தது. சிறுபிள்ளைத்தனமாகவும் அதே சமயம் முதிர்ச்சியானதாகவும் இருந்தது. படகில்

பயணித்தவர்கள், காலப் போக்கில் இவர்கள் இருவரும் உடன் பிறப்புகளோ என சந்தேகிக்கும் அளவிற்கு இருவரிடமும் ஒற்றுமை காணப்பட்டது. அடிக்கடி ஆற்றங்கரையில் இருந்த மரத்தடியில் மாலையில் அமர்ந்து பொழுதைக் கழித்தனர். இருவரும் ஆற்று நீரை உற்றுக் கவனித்தனர். அதன் குரலைக் கேட்டனர். அவர்களுக்கு அது வெறும் தண்ணீர் மட்டுமல்ல. அது அவர்களது வாழ்க்கையின் குரல், பிரபஞ்ச இருப்பின் குரல், நிரந்தரத்தின் குரல். ஆற்றைக் கூர்ந்து கவனித்தபோது பல சமயங்களில் இருவருடைய எண்ணங்களும் ஒருமித்தே இருந்தன. சில சமயம் முதல் நாள் நடந்ததை விவாதிப்பர். படகில் பயணித்த பயணி ஒருவரின் தலைவிதியைப் பேசுவர். சில சமயங்களில் தங்களது குழந்தைப் பருவங்கள், பிறப்பு, இறப்பு பற்றி பேசுவர். அதே சமயத்தில் அந்த ஆறு ஒரு நல்ல செய்தியைச் சொல்வது போல் தோன்றினால், இருவரும் அதைப் பகிர்ந்து கொள்வர். ஒரு கேள்விக்கும் இருவரும் ஒரே பதிலைக் கூறும் போது ஆனந்தமடைந்தனர்.

அந்தப் படகிலிருந்தும், அந்த இரு படகோட்டிகளிடமிருந்தும் ஏதோ வெளிப்படுவதை பயணிகள் பலரும் உணர்ந்தனர். சில சமயங்களில், ஒரு படகோட்டியின் முகத்தைப் பார்த்தவுடன், பயணிக்கும் ஒருவருக்கு தன்னுடைய வாழ்க்கையைப் பற்றியும், சங்கடங்களைப் பற்றியும், தான் செய்த பாவ புண்ணியங்கள் பற்றியும் இந்த இருவரிடமும் பரிமாற்றம் செய்ய வேண்டுமெனத் தோன்றும். சிலர் அவர்களுடன் ஓரிரவு தங்கி ஆற்றின் குரலைக் கேட்க வேண்டுமென்ற ஆசையைத் தெரிவித்தனர். அதற்கான அனுமதியும் பெற்றுத் தங்கினர். இது இப்படியே நாளுக்கு நாள் அதிகரித்து, இந்த இருவரும் புனிதமானவர்கள், மாய மந்திரங்கள் அறிந்தவர்கள் எனச் செய்தி பரவ ஆரம்பித்துவிட்டது. பலர் ஆர்வமுடன் பல கேள்விகளைக் கேட்கத் தொடங்கினர். ஆனால் அவர்களிடமிருந்து எந்தப் பதிலும் கிடையாது. அப்படியேதும் இவர்கள் இல்லை எனப் பின்பு மக்கள் அறிந்தனர். இவர்கள் ஏதோ இரண்டு முதியவர்கள் அமைதியானவர்கள், முற்றிலும் மற்றவர்களிடமிருந்து வேறுபட்டவர்கள், முட்டாள்கள் என்று கூடக் கூறலாம் என்று முடிவு கட்டினர். படகோட்டிகள் இதையெல்லாம் அறிந்த பின்பு, மக்கள் எவ்வாறு இப்படியெல்லாம் நம்புகின்றனர்,

வதந்திகளைப் பரப்புகின்றனர் என்று தங்களுக்குள்ளே சிரித்துக் கொண்டனர்.

நாட்கள் செல்லச் செல்ல, இவர்களை யாரும் கண்டுகொள்ளவில்லை. பிறகு ஒரு நாள், கௌதம புத்தரின் பக்தர்கள் என்று ஒரு கூட்டம் ஆற்றைக் கடந்து செல்ல வந்தது. அவர்கள் அக்கரைக்குச் செல்ல விரும்பினர். கௌதம புத்தர் மரணப் படுக்கையில் தனது கடைசி நிமிடங்களைக் கழித்துக் கொண்டிருக்கிறார் என்றும், சீக்கிரமே அவர் இறந்து முக்தி அடைந்து விடுவார், அதற்குள் அவரைக் காண வேண்டுமென்று தங்களுடைய ஆவலைத் தெரிவித்தனர். அவர்களைத் தொடர்ந்து மற்றொரு புத்த பிட்சுகளின் கூட்டம் வந்தது. இப்படி நிறையப் பேர் வரத் தொடங்கினர். அனைவரின் முகங்களிலும் சோகம். யாரும் பேசவில்லை. புத்தரின் இறப்பைப் பற்றி மட்டும் சிலர் பேசினர். வந்த கூட்டத்தைப் பார்த்தால், ஏதோ போருக்குச் செல்லும் படைகளைப் போல அல்லது ஒரு மன்னரின் முடிசூட்டு விழாவிற்குச் செல்வது போல சாரை சாரையாக வந்து குவிந்த வண்ணம் இருந்தனர். அனைவரும் புத்தரின் மரணப் படுக்கையை நோக்கிப் படை எடுத்த வண்ணம் இருந்தனர். அவரோ கூடிய சீக்கிரம், இந்த யுகத்தைக் காக்க வந்த கர்த்தர் என்ற ஸ்தானத்திலிருந்து அழிவற்ற ஓர் உலகத்தை நோக்கி பயணித்து விடுவார்.

மரணத் தருவாயில் இருக்கும் புத்தரின் வார்த்தைகளை தான் முன்பு ஒரு சமயம் கேட்டதை சித்தார்த்தன் நினைவுகூர்ந்தான். அவருடைய வாக்குகள் எத்தனை ஆயிரமாயிரம் மக்களைக் கிளர்த்தெழச் செய்துள்ளது. தானும் ஆச்சரியத்தோடு கேட்டிருக்கிறான். தான் அந்த மகானிடம் பேசிய சில வார்த்தைகளையும் நினைவுகூர்ந்தான். மக்கள் கடைத்தேறுவதற்கு வழிகாட்டும் அந்த மாமனிதனிடம் தான் பேசிய அந்த அகங்கார வார்த்தைகளை நினைவுகூர்ந்தான். இளமையில் பேசிய வார்த்தைகள். பிஞ்சிலே பழுத்த அகம்பாத வார்த்தைகள். இருந்த போதிலும், தான் கௌதம புத்தரிடமிருந்து நெடுங்காலம் விலக முடியாமல் இருந்த அந்த உணர்வே இருந்தது.

புத்தரின் போதனைகளை அப்போது என்னால் ஏற்க முடியாமல் இருந்தது. நிச்சயமான உண்மையைத் தேடுபவன்

யாருடைய போதனையையும் ஏற்றுக் கொள்ள முடியாதுதான். அறிந்தவனோ எந்த ஒரு வழியையும், எந்த ஒரு முடிவையும் அறுதியிட்டுக் கூறுவதில்லை. தான் அவரோடு வாழ்ந்திராவிட்டாலும், அவரோடு வாழ்ந்த ஆயிரக்கணக்கான மக்களிடமிருந்து தன்னைப் பிரித்துப் பார்க்க முடியாத நிலையில்தான் தான் இருப்பதாக உணர்ந்தான். அவருடன் வாழ்வதென்பது கடவுளுடன் வாழ்வதுதான்.

இவ்வாறு மரணத் தருவாயில் இருந்த புத்தரைக் காண மக்கள் கூட்டத்தில் ஒரு நாள், ஒரு காலத்தில் பெரிய மனிதர்கள் என்று அடையாளம் காணப்பட்டவர்களின் கனவுக் கன்னியாக இருந்த கமலாவும் வந்தாள். அவள் தன் தொழிலை விட்டு வெகுகாலம் ஆகிவிட்டது. தனது பரந்த தோட்டத்தை புத்த பிட்சுகளுக்குத் தானமாக வழங்கி விட்டாள். புத்த பிட்சுனியாக மாறிவிட்டாள். புத்தரின் போதனைகளில் தன்னை மூழ்கடித்துக் கொண்டாள். புத்தர் மரணப் படுக்கையில் இருக்கிறார் என்ற சேதி கேட்டு, ஒரு சாதாரண புடவையை அணிந்து கொண்டு தன்னுடைய மகனுடன் கால்நடையாக அவளும் கிளம்பி விட்டாள். அவர்கள் ஆற்றங்கரையை அடைந்த போது மகன் மிகவும் களைத்திருந்தான். வீடு திரும்ப விருப்பப்பட்டான். ஓய்வெடுக்க விரும்பினான். பசி எடுத்ததால் ஏதாவது சாப்பிட விரும்பினான். அவன் அழுது கொண்டு தன் வெறுப்பைக் காட்டிக் கொண்டு வந்தான். அவனை அணைத்தும் ஆதரித்தும், சமயத்தில் கடிந்து பேசியும், உணவளித்தும் அழைத்துக் கொண்டு வந்தாள். வழியில் ஆங்காங்கே அமர்ந்து அவனை அழைத்து வந்தாள். இவ்வாறு அறியாத ஓர் இடத்திற்கு அவள் இதுவரை பயணித்ததில்லை. இருந்தாலும் புத்தரைக் காண வேண்டுமென்ற அவா. சரி, இதனால் இந்தப் பையனுக்கு என்ன லாபம்?

வாசுதேவனின் படகுத் துறையை அடைவதற்கு இன்னும் சிறிது தூரமே உள்ள அந்த சமயத்தில் அந்தப் பையன் ஓய்வெடுக்க வற்புறுத்தினான். கமலாவும் களைப்படைந்திருந்தாள். பையன் வாழைப்பழம் ஒன்றை சாப்பிட்டுக் கொண்டிருந்த போது, அவள் கீழே அமர்ந்தாள். சிறிது கண்ணயர்ந்தவள், திடீரென வேதனையோடு கத்தினாள். பதறிப் போய் பையன் அவளைப்

பார்த்தபோது ஒரு கரும்பாம்பு அவளுடைய ஆடையிலிருந்து மெல்ல ஊர்ந்து செல்வதைக் கவனித்தான். அது அவளைக் கடித்து விட்டது.

பையன் ஓடிச் சென்று சிலரை அழைத்து வந்தான். அவர்கள் அவளை மெல்ல படகுத் துறைக்கு அழைத்துச் செல்வதற்குள்ளாகவே அவள் மயங்கி விழுந்து விட்டாள். மேலே ஓர் அடி கூட எடுத்து வைக்க முடியவில்லை. பையன் உதவி கேட்டு அழ ஆரம்பித்துவிட்டான். தனது அம்மாவைக் கட்டித் தழுவி முத்தமிட்டு அழுது புலம்பினான். கமலாவும் வலி தாங்க முடியாமல் அலற ஆரம்பித்தாள். அந்தக் கூக்குரல் படகுத் துறையில் நின்று கொண்டிருந்த வாசுதேவன் காதில் விழுந்தவுடன் அவன் ஓடிவந்தான். வந்தவன் அவளைத் தன் தோளில் கிடத்தி படகை நோக்கி விரைந்தான். பையனும் பின் தொடர அனைவரும் வாசுதேவனின் குடிசையை அடைந்தனர். அப்போது அங்கே அடுப்பை பற்ற வைத்துக் கொண்டிருந்த சித்தார்த்தன் இந்தப் பையனைப் பார்த்ததும், அந்தப் பிஞ்சு முகம் சித்தார்த்தனுக்கு ஏதோ ஒன்றை நினைவூட்டியது. பின்பு கமலாவைப் பார்த்ததும் அடையாளம் கண்டு கொண்டான். அவள் மூர்ச்சை அப்பொழுதும் தெளியாமலேயே இருந்தது. இந்த சூழ்நிலையில் அந்தப் பையனைத் தன் மகன் என்று அடையாளம் கண்டு கொண்டான். சித்தார்த்தனின் இதயத் துடிப்பு அதிகரித்தது. நெஞ்சம் பதைபதைத்தது.

பாம்பு கடித்த இடம் தண்ணீரால் கழுவப்பட்ட போது அந்த இடம் ஏற்கனவே கருப்பாகி இருந்தது. கமலாவின் உடம்பு முழுக்க வீங்கி விட்டது. சிறிய முதலுதவிக்குப் பின் அவர் மூர்ச்சை தெளிந்தாள். அந்தக் குடிசையில் சித்தார்த்தன் படுக்கும் படுக்கையில் கமலாவை படுக்க வைத்திருந்தார்கள். ஒரு காலத்தில் கமலாவை அதீதமாகக் காதலித்த சித்தார்த்தன் கமலாவை நோக்கி குனிந்தான்.

தன்னுடைய காதலன் சித்தார்த்தனின் முகத்தை உற்று நோக்கியபோது, ஏதோ கனவு காண்பதைப் போல் அவள் உணர்ந்தாள். மெல்ல மெல்லத் தன் நிலையை உணர்ந்தபோது, பாம்பு கடித்ததை நினைத்தபோது, தனது மகனைத் தேட

ஆரம்பித்தாள். 'ஒன்றும் கவலை வேண்டாம். அவன் இங்கேதான் இருக்கிறான்' என்றான் சித்தார்த்தன்.

கமலா சித்தார்த்தனின் கண்களை உற்று நோக்கினாள். விஷம் நன்றாக உடலில் ஏறியிருந்ததால் அவளால் பேச முடியவில்லை. ''உனக்கு வயதாகிவிட்டது, என் செல்லமே, உன் முடி நரைத்து விட்டது. ஆனால் நான் இன்னும் உன்னை, என்னை முதன் முதலில் என் மாளிகையில் காண வந்த இளம் சாமணனாகவே பார்க்கிறேன். அப்பொழுது நீ அணிந்திருந்த அழுக்குப்படிந்த ஆடைகள், செருப்பில்லாத கால்கள் அவைகளே என் நினைவில் நிற்கின்றன. என்னையும் காமசாமியையும் விட்டுப் பிரிந்த போதும் நீ அப்படித்தான் இருந்தாய். இன்றும் உன் கண்களில் மாற்றம் ஏதுமில்லை. நானும் கிழவியாகிவிட்டேன். என்னை அடையாளம் காண முடிகிறதா ?'' என்று கமலா விசனப்பட்டாள்.

''அன்பே, நான் உன்னைக் கண்டவுடன் அடையாளம் கண்டு கொண்டேன்'' என்று சித்தார்த்தன் புன்முறுவலுடன் கூறினான்.

தனது மகனை சித்தார்த்தனுக்கு காட்டி விட்டு, ''யார் தெரிகிறதா ? இவன் உன் மகன்'' என்று கமலா அறிமுகம் செய்து வைத்தாள்.

கமலா்வின் அலை பாய்ந்த அந்த கண்கள் மூடிக் கொண்டன. மகன் அழ ஆரம்பித்துவிட்டான். அவனை அணைத்து மடியில் அமர்த்திய சித்தார்த்தன் அவன் தலையைக் கோதி விட்டு, தன் சிறு வயதில் பாடிப் பழகிய ஒரு பாட்டை மெல்ல இசைத்ததில் சிறுவன் கண்ணயர்ந்து விட்டான். அவனை வாசுதேவன் படுக்கும் கட்டிலில் கிடத்தினான். வாசுதேவன் அடுப்படியில் சமைத்துக் கொண்டிருந்தான்.

''அவள் இறந்து கொண்டிருக்கிறாள்'' என்று மெல்லிய குரலில் சித்தார்த்தன் கூறினான்.

வாசுதேவன், சித்தார்த்தனைப் பார்த்துப் புன்னகைத்து விட்டு தலையை இலேசாக ஆட்டினான். அடுப்பின் ஜுவாலையில் வாசுதேவன் முகம் பிரகாசமாக ஒளிர்ந்தது.

கமலாவிற்கு மீண்டும் நினைவு திரும்பியது. அவளுடைய முகத்தில் வேதனையின் அடையாளம் தெரிந்தது. அந்த வேதனை அவள் உதட்டில் தெரிவதையும் சித்தார்த்தன் உணர்ந்தான். அவள் முகம் வெளிறி விட்டது. அவளுடைய வேதனையைப் பகிர்ந்து கொள்ள நினைத்தான். இதைக் கமலாவும் உணர்ந்தாள். அவளுடைய பார்வை அவனை இழுத்தது.

சித்தார்த்தனை உற்று நோக்கிய கமலா பேச ஆரம்பித்தாள். ''உன்னுடைய பார்வை மாறிவிட்டது. உன் கண்கள் பழைய சித்தார்த்தனுக்குடையதல்ல. அவை மாறி விட்டன. நீ இன்னும் அதே சித்தார்த்தனே என எப்படி அடையாளம் கண்டு கொள்வது. நீ சித்தார்த்தன் தான். ஆனால் பழைய சித்தார்த்தன் அல்ல''. சித்தார்த்தன் ஏதும் பேசாமல், அவளுடைய கண்களையே உற்று நோக்கிக் கொண்டிருந்தான்.

''நீ நினைத்ததை அடைந்து விட்டாயா, அமைதி கிடைத்ததா?'' என்று கமலா கேட்டாள்.

புன்முறுவலுடன் தனது இரு கரங்களினால் கமலாவின் முகத்தை அணைத்துக் கொண்டான்.

''ஆம் நான் அதைக் கண்டு கொண்டேன். எனக்கு அமைதி கிடைத்துவிட்டது. நான் அதைப் பார்க்கிறேன்'' என்று கமலா கூறினாள்.

''உனக்குக் கிடைத்து விட்டதா?'' என்று சித்தார்த்தன் ஆச்சரியத்துடன் கேட்டான்.

கமலா சித்தார்த்தனை தீர்க்கமாக உற்று நோக்கினாள். கௌதம புத்தரைக் காண தீர்த்த யாத்திரை மேற்கொள்வதே அவள் எண்ணம். மக்களைக் கடைத்தேற்றிய அந்த மகா ஒளி விளக்கைப் பார்ப்பதே அவளது முடிவான எண்ணம்.

அவரிடமிருந்து கொஞ்சம் அமைதியைப் பெற நினைத்தாள். அது நடக்கவில்லை. அதற்குப் பதில் சித்தார்த்தனைக் கண்டாள். இதுவும் நன்றே. அவளைப் பொருத்தமட்டில், புத்தரைக் காண்பதும் சித்தார்த்தனைக் காண்பதும் ஒன்றே. இதை அவள் சொல்ல நினைத்தாள். ஆனால் அவளுடைய நாக்கு அவள் கட்டுப்பாட்டில்

இல்லை. முழு அமைதியுடன் சித்தார்த்தனையே உற்று நோக்கினாள். அவளுடைய கண்களிலிருந்து அவளுடைய பூவுலக வாழ்வு மெல்ல நழுவிக் கொண்டிருந்தது. அந்தக் கடைசி வேதனை அவளை ஆட்கொண்டபோது, அது அவளுடைய கண்களினின்று அகன்றபோது, அவளுடைய உடம்பு கடைசி முறையாக குலுங்கியபோது, சித்தார்த்தன் தன் விரல்களால் கமலாவின் கண் இமைகளை இழுத்துவிட்டு அவளுடைய கண்களை மூடினான். அவளுடைய இவ்வுலக வாழ்வு முடிந்தது.

அவளுடைய உயிரற்ற அந்த முகத்தை நெடு நேரமாக அவளருகில் அமர்ந்து உற்று நோக்கிக் கொண்டிருந்தான். எண்ணற்ற நினைவலைகள், அவளுடைய வாயை உற்று நோக்கினான். களைத்துப் போன அந்த அதிரங்கள், சுருங்கிய இதழ்கள், அவைகளை ஒரு காலத்தில் என்னமாய் வர்ணித்திருக்கிறான். அத்திப்பழ உதடுகளல்லவா அவை. வெளிறிய முகத்தை நெடுநேரம் நோக்கினான். களைப்படைந்த சுருக்கங்கள். உழுது போடப்பட்ட நிலத்தை ஒத்த தன் முக்த்தையும் சித்தார்த்தன் நினைத்துப் பார்த்தான்.

அதுவும் வெளிறி இறந்த ஒன்றுதானே. கடந்த காலத்தில் இருந்த இருவரது முகத்தையும் ஒத்துப்பார்த்து எடை போட்டான். இளமையில் இருந்த அதே சிவந்த உதடுகள், இப்பொழுது வெளிறிவிட்டன. இவற்றையெல்லாம் அசைபோட்டு தனக்குத்தானே சிரித்துக் கொண்டான். அதே சமயத்தில் உடல் தளர்ந்து மாறினாலும், அழியாத அந்த ஆத்மாவை தொடர்ச்சியான வாழ்க்கைச் சக்கரத்தையும் நினைத்துப் பார்த்தான்.

இதற்கிடையில் வாசுதேவன் கொஞ்சம் சாதம் வடித்திருந்தான். ஆனால் சித்தார்த்தன் ஏதும் சாப்பிடவில்லை. ஆடு கட்டப்பட்டிருந்த அந்த தொட்டிலில் வைக்கோலை விரித்துவிட்டு அதில் வாசுதேவன் படுத்துக்கொண்டான். சித்தார்த்தன் குடிசைக்கு வெளியில் இரவு முழுக்க உறங்காமல் அமர்ந்து சிந்தனையில் இரவைக் கழித்தான். ஆறு பேசுவதை உன்னிப்பாகக் கவனித்தான். கடந்த கால நினைவுகள் அவன் நெஞ்சை நிறைத்தன. அடிக்கடி குடிசையினுள்

சென்று தன் பையன் உறங்குகிறானா என்பதைக் கவனித்துக் கொண்டான்.

விடிகாலையில் வாசுதேவன் எழுந்து நேராக தன் நண்பனை நோக்கி நடந்தான்.

'நீ தூங்கவே இல்லையா?'

'இல்லை, வாசுதேவா, நான் இங்கே அமர்ந்து ஆறு பேசுவதை அமைதியாகக் கேட்டுக் கொண்டிருந்தேன். இது எனக்கு அநேகத்தைக் கற்றுக் கொடுத்துவிட்டது. எல்லாவற்றிற்கும் மேலே ஒருமையை உணர்த்தியது'. 'நீ மிகவும் சங்கடப்பட்டுவிட்டாய். இருந்தபோதிலும் துக்கம் உன் நெஞ்சை அடைக்கவில்லை என்பதை உணர்கிறேன்'.

'இல்லை நண்பா, ஏன் துக்கிக்க வேண்டும். பணக்காரனாகவும், மகிழ்ச்சியாகவும் இருந்த நான் மேலும் பணக்காரனாக, மேலும் மகிழ்ச்சி கொண்டவனாக இப்போது ஆகியுள்ளேன். எனக்கு என் மகன் கிடைத்திருக்கிறான்'.

'நான் உன் மகனையும் வரவேற்கிறேன். ஏற்றுக் கொள்கிறேன். சித்தார்த்தா, நாம் இப்பொழுது வேலைக்குச் செல்வோம். அநேக காரியங்கள் பாக்கி உள்ளன. என் மனைவி இறந்த அதே கட்டிலில் கமலாவும் இறந்திருக்கிறாள். கமலாவின் உடலை எரிக்க வேண்டும். என் மனைவியின் உடலை எரித்த அதே மலை முகட்டில் கொண்டு போய் எரித்து விடலாம்'.

பையன் இன்னும் உறங்கிக் கொண்டிருந்தபோது, இருவரும் கமலாவின் இறுதிச் சடங்கிற்கு ஆயத்தங்களை செய்து கொண்டிருந்தனர்.

◆◆◆

10

மகன்

பயத்துடன் அழுதுகொண்டு, சிறுவன் அவனுடைய அம்மாவின் இறுதிச் சடங்குகளில் பங்கெடுத்தான். சோகத்துடன் இருள் கவ்விய முகத்துடன் இருந்த அந்தப் பையனை சித்தார்த்தன்

தன் மகனாக ஏற்றுக் கொண்டு வாசுதேவனுடைய குடிசையிலேயே தங்குதற்கு ஏற்பாடு செய்தான். பல நாட்கள் தன் அம்மாவை அடக்கம் செய்த அதே இடத்தில் அமர்ந்து சோகத்துடன் சில நாட்களைக் கழித்தான். யாருடனும் மனம் விட்டுப் பேசாமல் கவலையில் ஆழ்ந்திருந்தான்.

சித்தார்த்தன் அவனை நன்றாகவே கவனித்துக் கொண்டான். அவன் ஆழ்ந்த கவலையில் இருந்ததனால் அவனை தனியே இருக்க

விட்டுவிட்டான். தன் பையனுக்கு தன்னை யார் என்று தெரியவில்லை என்றும் தன்னைத் தன் தந்தையாக நேசிக்க விரும்பவில்லை என்பதையும் அறிந்து கொண்டான். இந்தப் பதினோரு வயது சிறுவன் செல்வத்திலே வளர்ந்து சீரழிந்தவன் என்றும், சிறந்த உணவையே எப்பொழுதும் உண்டவன் என்றும், பட்டுமெத்தையிலேயே படுத்துறங்கியவன் என்றும், இவனுக்குப் பணிபுரிய பல பேர் காத்திருந்தனர் என்றும், சித்தார்த்தனுக்கு மெதுவாகப் புரிய ஆரம்பித்தது. அப்படி வாழ்ந்தவனால் இந்த காட்டு வாழ்க்கைக்குத் தன்னைப் பழக்கப்படுத்திக் கொள்ள உடனே முடியாது என்பதையும் சித்தார்த்தன் அறிவான். அதனால் சித்தார்த்தன் எந்த விதத்திலும் அவனை வற்புறுத்த விரும்பவில்லை. முடிந்தவரை அவனுக்கு தேர்ந்தெடுக்கப்பட்ட சிறந்த உணவையே அளிக்க முயன்றான். படிப்படியாக, பொறுமையாக எப்படியாவது அவனை மாற்றி விடலாம் என்றே நினைத்தான்.

அந்தப் பையன் வந்து சேர்ந்தபோது, தன்னை ஒரு செல்வந்தனாகவும் மகிழ்ச்சியுடையவனாகவும்தான் சித்தார்த்தன் நினைத்தான். எல்லாம் கிடைத்துவிட்டது போல் உணர்ந்தான். ஆனால் நாட்கள் செல்லச் செல்ல, பையனின் நடவடிக்கைகள் எரிச்சலூட்டுபவையாகத் தோன்றின. ஒரு வேலையும் செய்வதில்லை. யாரையும் மதிப்பதில்லை. திமிராக நடந்து கொள்வது மட்டுமல்லாது, வாசுதேவனுடைய தோட்டத்துப் பழங்களை திருட வேற ஆரம்பித்துவிட்டான். தன் மகனால் சந்தோஷமும், அமைதியும் வரவில்லை. மாறாக துக்கமும், துன்பமும் வந்து சேர்ந்துள்ளது என்பதை சீக்கிரமே உணர ஆரம்பித்தான். இருந்தாலும் அவன் மீது சித்தார்த்தனுக்கிருந்த பாசம் குறையவில்லை. அந்தப் பையனால் மகிழ்ச்சியும், இன்பமும் கிட்டாவிட்டாலும் அவனால் கிடைத்த சோகத்தையும், தொந்தரவுகளையும் பொறுத்துக் கொண்டான்.

சித்தார்த்தன் தன் பையனுடன் குடிசையில் இருக்க வேண்டி வந்ததால், சித்தார்த்தனின் வேலையையும் வாசுதேவனே செய்தான். படகோட்டும் சம்பந்தமான அனைத்து வேலைகளையும் வாசுதேவன் கவனித்துக் கொள்ள, சித்தார்த்தன் வயல்

வேலைகளையும் குடிசையின் உள் வேலைகளையும் கவனித்துக் கொண்டு தன் மகனுடனே இருந்தான்.

சித்தார்த்தன், தன் மகன் தன்னை ஒரு நாள் புரிந்து கொள்வான், தன்னுடைய அன்பை அங்கீகரித்து ஏற்றுக் கொள்வான், திரும்பி தன் மீது அன்பு செலுத்துவான் என பல மாதங்கள் காத்திருந்தான். இதை வாசுதேவன் கவனிக்கத் தவறவில்லை. அமைதியாக, பொறுமையாக கவனித்துக் கொண்டிருந்தான். ஒரு நாள் சித்தார்த்தனின் மகன் தன் நிலைமை இழந்து கோபமுற்று, சாப்பாட்டு தட்டுகளை உடைத்து, சித்தார்த்தனை மிகவும் நிலைகுலைய வைத்துவிட்டான். அன்று மாலை வாசுதேவன் சித்தார்த்தனை அழைத்து இது பற்றி பேசலானான்.

"மன்னிக்க வேண்டும். நீ என் நண்பன் என்ற முறையில் உன்னிடம் சில விஷயங்கள் பேச விரும்புகிறேன்" என்று வாசுதேவன் ஆரம்பித்தான். "நீ மிகவும் வேதனைக்குள்ளாகி துக்கத்தில் இருக்கிறாய். உன்னுடைய மகனால் உனக்கு மட்டும் தொந்தரவு இல்லை. எனக்கும்தான். உன்னுடைய மகன் இந்தச் சூழலுக்கு ஏற்றவனல்லன். அவனுடைய கூடு வேறு. அவன் உன்னைப் போல் நகர வாழ்க்கையையும் செல்வத்தையும் விட்டு ஓடி வந்தவனல்லன். அவனுடைய சொந்த விருப்புக்கு எதிராக இங்கே அழைத்து வரப்பட்டுள்ளான். நான் இந்த ஆற்றிடம் இதைப் பற்றி பல முறை கேட்டுப் பார்த்து விட்டேன். இந்த ஆறு உன்னையும் என்னையும் பார்த்து சிரிக்கிறது. நம் முட்டாள்தனத்தைப் பார்த்து எள்ளி நகையாடுகிறது. தண்ணீர் தண்ணீருடனே சேரும், இளைஞன் இளைஞனுடனே சேருவான். உன் மகன் இந்த இடத்தில் சந்தோஷமாக இருப்பதற்கு எந்த முகாந்தரமும் இல்லை. நீ வேண்டுமானால் இந்த ஆற்றைக் கேட்டுப்பார். அது கூறுவதைக் கேட்டு நடந்து கொள்".

மனச் சஞ்சலப்பட்ட சித்தார்த்தன், அன்பினால் நிறைந்த சுருக்கங்கள் கொண்ட வாசுதேவனின் முகத்தையே உற்று நோக்கினான்.

"அவனை எப்படி நான் பிரிய முடியும்? எனக்குக் கொஞ்சம் கால அவகாசம் கொடுங்கள். நான் அவனுக்காக போராடிக்

கொண்டிருக்கிறேன். நான் அவனுடைய அன்பைப் பெற முயற்சித்துக் கொண்டிருக்கிறேன். நிச்சயமாக என் பொறுமையாலும் அன்பாலும் அவனை என் பக்கம் ஈர்த்து விடுவேன். இந்த ஆறும் அதுபற்றி அவனிடம் ஒரு நாள் பேசும். அவனும் அழைக்கப்படுகிறான்'' என்று சித்தார்த்தன் கூறி முடித்தான்.

வாசுதேவனின் முகத்தில் சிறிய புன்னகை மலர்ந்தது. ''ஆமாம், ஆமாம், அவனும் அழைக்கப்படுகிறான். அவனும் பிரஞ்சத்திற்குச் சொந்தக்காரன்தானே. ஆனால், அவன் எதற்காக அழைக்கப்படுகிறான். எந்த வழியில் செல்ல அழைக்கப்படுகிறான்? கவலைகள் தோய்ந்த அந்தக் காரியங்களை செய்ய அழைக்கப்படுகிறான் என்பது எனக்குத் தெரியும். ஆனால் அது உனக்குத் தெரியுமா? அவனுடைய துயரங்கள் சுமை நிறைந்தவை. அவனுடைய இதயம் கடினமானவை. தற்பெருமை கொண்டது. அவன் ஒரு வேளை வேதனையில் மாட்டிக் கொள்ளலாம். தவறுகள் செய்யலாம். நியாயமற்றதைச் செய்யக்கூடும். பல தவறுகள் செய்யக் கூடும். நீ உன் மகனுக்கு பாடம் கற்பித்துக் கொண்டிருக்கிறாயா? அவன் உனக்கு கீழ்ப்படிகிறானா? அவனை உன்னால் அடிக்க முடியுமா? அவனுக்குத் தண்டனை கொடுக்க முடியுமா?'' என்று வாசுதேவன் வினவினான்.

''இல்லை, வாசுதேவா, நான் இதில் எதையும் செய்வதில்லை''.

''எனக்குத் தெரியும். நீ அவனிடத்தில் கடுமையாக நடந்து கொள்ள முடியாது. அவனை தண்டிக்க முடியாது. அவனை வேலை வாங்க முடியாது. நீ அன்பால் இதையெல்லாம் பெற்று விட முடியுமென நினைக்கிறாய், ஏனென்றால் கடுமையை விட மென்மை வலியது. பாறையை விடத் தண்ணீர் வலியது. அன்பு அதிகாரத்தை விட உயர்ந்தது. இதை உணர்ந்த உன்னை நான் பாராட்டுகிறேன். ஆனால் அவனிடம் கடுமையாக இல்லாதிருப்பது தவறுகளுக்கு தண்டனை கொடுக்காமலிருப்பது ஒரு தந்தை ஸ்தானத்தில் உள்ளவன் செய்யும் தவறு என்று தோன்றவில்லையா? உன் அன்பால் அவனைக் கட்டிப் போட முடியுமா? உன் அன்பினாலும் பொறுமையாலும் அவனை நீ இன்னும் மோசமாக

ஆக்கிக் கொண்டிருக்கிறாய் என்பதை உணரவில்லையா? வாழைப்பழத்தை தின்று கொண்டு வாழ்நாளை ஓட்டிக் கொண்டிருக்கும் இந்த இரு கிழடுகளுடன் இந்தக் குடிசையில் அவனை நீ கட்டிப் போட நினைப்பது என்ன நியாயம். அவன் ராஜ வாழ்க்கை வாழ்ந்தவன். அரிசிச் சோறு கூட அவனுக்கு அலட்சியமான ஒன்று. அவனுடைய எண்ண ஓட்டங்கள் வேறு. நமது எண்ண அலைகள் வேறு. இந்தச் சூழ்நிலைகளால், வேறுபாடுகளால் அவனைக் கட்டாயப்படுத்துவது போலவும் தண்டிப்பது போலவும் உணரவில்லையா?''

சித்தார்த்தன் மிகவும் குழப்பமடைந்து செய்வதறியாது கலங்கி நின்றான். ''நான் இந்த சூழலில் என்ன செய்ய வேண்டும் என்று நீங்கள் நினைக்கிறீர்கள்'' என்று சித்தார்த்தன் வினா தொடுத்தான்.

''அவனை நகரத்திற்கு அழைத்துச் செல். அவனுடைய அம்மா வீட்டிற்குப் போ. அங்கே வேலையாட்கள் இருந்தால் அவர்களிடம் விட்டுவிடு. இல்லை ஓர் ஆசிரியரிடம் கொண்டு செல். அங்கு கல்வி கற்பதற்காக மட்டுமல்ல. அங்கு சென்றால் இவனுடைய நண்பர்களைச் சந்திக்க முடியும். பழக முடியும். அவனுடைய உலகத்தில் ஐக்கியமாகிவிடுவான். இதை நீ எப்போதாவது நினைத்துப் பார்த்தாயா? என்று வாசுதேவன் கேட்டான்.

''நான் இதைப் பலமுறை நினைத்துப் பார்த்திருக்கிறேன். இதயத்தில் அன்பே இல்லாத இவன் எப்படி இந்த உலகத்தில் வாழப் போகிறான்? தான் மற்றவரை விட உயர்ந்தவன் என்று நினைக்க மாட்டானா? இவன் அப்படிபட்ட அத்தனை தவறுகளையும் செய்வான். உல்லாச வாழ்க்கை வாழ்ந்து கெட்டுப் போவான். எல்லோரையும் போல இவனும் சம்சார வாழ்க்கை வாழ்ந்து அழிவான்'' என்று சித்தார்த்தன் விசனப்பட்டான்.

இதைக் கேட்ட வாசுதேவன் புன்னகைத்தான். சித்தார்த்தனின் தோளை இலேசாகத் தட்டிக் கொடுத்து, ''இந்த ஆற்றைக் கேள். அது சொல்வதைக் கவனமாகக் கேள். அதைக் கேட்டு சிரி. உன் பையன் எந்தத் தவறும் செய்யக் கூடாது என்பதற்காகவா நீ அத்தனை தவறுகளையும் செய்தாய். அவனை சம்சார சாகரத்திலிருந்து

உன்னால் காப்பாற்ற முடியுமா? எப்படி முடியும்? புத்தி புகட்டுவதினாலா? பிரார்த்தனைகளினாலா? இல்லை அவனை பயமுறுத்தியா? உன் கதையைப் பற்றி ஏற்கெனவே என்னிடம் கூறியுள்ளாய். உன்னை புத்தி புகட்டி உன் தந்தையால் சாமண வாழ்க்கையிலிருந்து விலக்கி சம்சார வாழ்க்கையில் ஈடுபட வைக்க முடிந்ததா? நீ செய்த பாவங்களிலிருந்தும், பேராசைகளிலிருந்தும், முட்டாள்தனத்திலிருந்தும் உன்னைக் காப்பாற்ற முடிந்ததா? அதைப் போல் உன்னுடைய போதனைகளாலும், அரட்டலாலும், மிரட்டலாலும் உன் பையனை திசை திருப்ப முடியுமா? எந்தத் தந்தையால் எந்த ஆசிரியனால் ஒருவனை வேறு வழிக்கு மாற்ற முடியும். அவன் வாழ்க்கையில் உழன்று வேதனை அடைந்து, புழுதியில் புரண்டு, சீரழிந்து, கசப்பான வாழ்க்கை நடத்தி தனக்கென ஒரு பாதை வகுப்பவனை யாராலும் தடுக்க முடியாது. உனக்குத் தெரிந்து யாராவது இந்தத் துன்பங்களை விட்டு விலகி நேரான பாதையை அமைத்துக் கொண்டிருக்கிறார்களா? நீ உன் மகனை இவற்றிலிருந்தெல்லாம் விலக்கி விடலாமென நினைக்கிறாய். ஆனால், அவனுக்காக பத்து முறை நீ செத்து மடிந்தாலும் அது நடக்கிற காரியமில்லை. அவனுடைய தலையெழுத்தை இம்மி அளவும் மாற்ற முடியாது'' என்று கூறி முடித்தான்.

இதைப் போன்ற நீண்ட வசனத்தை வாசுதேவன் ஒருபோதும் பேசியதில்லை. மனம் மிகச் சஞ்சலப்பட்டுத்தான் வாசுதேவன் தன் குடிலுக்குள் சென்றான். அவனால் தூங்க முடியவில்லை. வாசுதேவன் இப்படியெல்லாம் பேச வேண்டும் என்று ஒருபோதும் நினைத்துக் கூடப் பார்த்ததில்லை. இவ்வாறு பேசியதற்குக் காரணம் வாசுதேவனின் அறிவன்று, அவனுடைய அன்புதான். சித்தார்த்தன் தன் பையன் மேல் காட்டிய அன்பைக் கண்டும், அவனை இழந்து விடுவோமோ என்ற பயத்தைக் கண்டும், வாசுதேவனுக்கு சித்தார்த்தன் மீது ஒரு பரிவு ஏற்பட்டுவிட்டது. அவன் யாருக்காகவும் இவ்வளவு வேதனைப்பட்டதில்லை. யார் மீதும் அன்பைப் பொழிந்ததில்லை. இப்படிக் கண்மூடித்தனமாக வேதனையோடு நம்பிக்கையற்று அதே சமயத்தில் மிக்க சந்தோஷமாக இதையெல்லாம் சித்தார்த்தன் செய்கிறானே என்று எண்ணிய பிறகே வாசுதேவன் பேசினான்.

சித்தார்த்தனால் தன் நண்பனுடைய அறிவுரையை அவ்வளவு எளிதாக எடுத்துக் கொள்ள முடியவில்லை. அவ்வளவு எளிதாக எப்படித்தான் மகனை விட்டுவிட முடியும். தன் பையன் மரியாதையில்லாமல் நடந்து கொண்டாலும். அவனுக்குக் கீழ்ப்படிந்தே நடந்தான். சித்தார்த்தன் அமைதியாகப் பொறுமை காத்தான். அதற்காக ஒரு பெரிய மௌனப் போராட்டமே நடந்து கொண்டிருந்தது.

வாசுதேவனும் அமைதியாக பொறுமையின் எல்லைக்கே போய்விட்டான். தாங்கள் இருவரும் பொறுமையின் மனித உருவங்கள் என்றே காட்டிக் கொண்டனர்.

ஒரு சமயம் தன் பையனின் முகத்தில் கமலாவின் சாயல் தென்பட்டபோது, ஒரு முறை கமலா சித்தார்த்தனிடம் பேசிய சில வார்த்தைகளை நினைவுகூர்ந்தான். ''நீ காதல் வயப்பட முடியாது'' என்று கமலா ஒருமுறை கூறியதையும் அதை இவன் ஆமோதித்ததையும் யோசித்துப் பார்த்தான். சித்தார்த்தன் தன்னை ஒரு நட்சத்திரம் எனவும் மற்றவர்களெல்லாம் உதிரும் இலைகள் எனவும் கூறியதை நினைத்துப் பார்த்தான். அவள் அவனை செல்லமாக கடிந்து கொண்டதும் நினைவிற்கு வந்தது. உண்மைதான், மற்றவர்களைப் போல தன்னைப் பிறரிடம் ஒருபோதும் இழந்தவனல்லன். தன்னை மறந்து காதலில் மெய்மறந்தவனுமல்லன். இந்த வேற்றுமைதான் சித்தார்த்தனை மற்றவர்களிடமிருந்து வேறுபடுத்திக் காட்டியது. ஆனால் தன்னுடைய மகன் வந்து சேர்ந்த பின்பு இவனும் ஒரு சாதாரண மனிதனாகிவிட்டான். தன்னை மறந்த அன்பும், கனிவும், கவலைகளும் இவனைத் தொற்றிக் கொண்டன. பைத்தியக் காரத்தனமாக தன் மகன் மீது அன்பைப் பொழிந்தான். அன்பினால் ஒரு முட்டாளாகவே மாறிவிட்டான். காலங்கடந்து இதை அவன் உணர வேண்டிவந்தாலும், இதை அசைக்க முடியாத ஆழமான ஒன்றாகவே உணர்ந்தான். இதனால் அதிகம் பாதிக்கப்பட்டான். இருந்தாலும் மேலும் தன்னை புதுப்பித்துக் கொண்டவனாக, உயரிய செலவந்தனாகவே உணர்ந்தான்.

தன் மகன் மீது கொண்ட இந்த அன்பு, இந்த குருட்டுத் தனமான காதல் ஒரு மனித உணர்வே, சம்சாரத்தின் ஒரு பாகமே.

ஆழமான நீர் நிலையின் அடியில் ஏற்படும் சிறு சலனமே. ஆனால் அதே சமயத்தில், இதை உபயோகமற்றது என ஒதுக்கித் தள்ளிவிட முடியாது. இது தேவைதான். ஒரு மனிதனின் இயற்கையான சுபாவமே. இந்த முட்டாள்தனமான உணர்வுகள் வேதனைகள், நிச்சயமாக ஒரு மனிதன் அனுபவிக்க வேண்டியவையே.

இதற்கு மத்தியில் தன் பையன் தனது போக்கில் முட்டாள்தனமான காரியங்கள் செய்வதை நிறுத்தியபாடில்லை. அவன் புத்தி சென்ற வழியிலெல்லாம் சென்றான். அவனுடைய தந்தையின் அன்பால் ஈர்க்கப்படவும் இல்லை. தந்தையிடம் ஒரு பயமும் இல்லை. பையனின் தந்தையான சித்தார்த்தன் மிக நல்ல மனிதன். சாது. இன்னும் சொல்லப்போனால் கடவுள் பக்தி கொண்டவன். ஆனால் இந்த நல்ல குணங்களெல்லாம் பையனுக்கு ஒரு பொருட்டே அல்ல. இவைகள் அவன் அன்பைப் பெற உதவவில்லை. குடிசையிலேயே அடைந்து கிடந்த சிறுவன் மிகவும் அலுத்துப் போய் விட்டான். எனவே அவனது சேட்டைகளை சித்தார்த்தன் சிரித்துக் கொண்டே பொறுத்துக் கொண்டான். மகன் தன்னைக் கேவலப்படுத்தியபோது கூட, அவனிடம் அன்பைத் தவிர வேறு எதையும் சித்தார்த்தன் காட்டவில்லை. இவையெல்லாம் வெறுக்கத்தக்க தந்திரச் செயல்களைத் தவிர வேறல்ல. பையன் அப்பனை பயமுறுத்துவது கேவலமாக நடத்துவது என்ற முடிவுக்கே வந்துவிட்டான்.

தன்னுடைய மனதில் அடக்கி வைத்திருந்த வெறுப்பை ஒரு நாள் பையன் சித்தார்த்தனிடம் வெளிப்படையாகவே காட்டிவிட்டான். தந்தையை எதிர்த்து நிற்கத் துணிந்து விட்டான். அன்று அவனை சித்தார்த்தன் சுள்ளிகளைப் பொறுக்கி வருமாறு கூறியிருந்தான். அதை அவன் சட்டையே செய்யாமல் நின்ற இடத்திலேயே குடிலிலேயே இருந்தான். அலட்சியமாக அப்பனைப் பார்த்தான். முட்டியை மடக்கிக் கொண்டு அவனுடைய வெறுப்பை சித்தார்த்தனின் முகத்திற்கு நேரே உமிழ்ந்து விட்டான்.

"உனக்கு வேண்டுமென்றால் சுள்ளிகளை நீ போய் கொண்டு வா. நான் உன் வேலைக்காரனல்லன். நீ என்னை அடிக்கமாட்டாய். அடிக்கத் துணியமாட்டாய். என்னை உன்னைப் போல் ஒரு சாதுவாக, அறிவாளியாக, அன்பானவனாக வளர வேண்டுமென

விரும்புகிறாய். ஆனால் உன்னை கேவலப்படுத்துவதற்காகவே, நான் ஒரு திருடனாக, கொலைகாரனாகவே உருவெடுப்பேன். அதனால் நான் நரகத்திற்குப் போகவும் தயங்கமாட்டேன். உன்னைப் போல் இருப்பதை விட அதுவே மேல். நான் உன்னை வெறுக்கிறேன். நீ என் அம்மாவின் காதலனாக பத்து முறை இருந்திருந்தாலும், நீ எனக்கு தந்தை இல்லை'' என்று பொருமித் தள்ளி விட்டுக் கத்தினான்.

அதன்பின் பயங்கரக் கோபத்துடனும், சங்கடத்துடனும் குடிலை விட்டு வெளியேறியவன் மாலையில்தான் திரும்பினான்.

அடுத்த நாள் காலை அவனைக் காணவில்லை. பிரம்பாலான இரண்டு கூடைகளில் ஒன்றில் தாங்கள் படகோட்டி சேர்த்து வைத்திருந்த வெள்ளிக் காசுகளையும், மற்றொன்றில் வைத்திருந்த பித்தளை காசுகளையும் அவன் விட்டுவைக்கவில்லை. பிழைப்புக்காக வைத்திருந்த அவர்களது படகையும் காணோம். அந்தப் படகு ஆற்றின் அக்கரையில் இருந்ததை பின்பு சித்தார்த்தன் கண்டான். பையன் ஓடிவிட்டான்.

பையனின் கொடூர வார்த்தைகளால் முதல் நாள் மிகவும் பாதிக்கப்பட்டிருந்த சித்தார்த்தன், ''அவன் எங்கு சென்றான் என்பதைக் கண்டுபிடிக்க வேண்டும். இந்தக் காட்டிற்குள் சிறுவன் எப்படிப் பயமின்றிப் போக முடியும். அவனுக்கு ஏதாவது ஆபத்து நேரலாம். வாசுதேவா, நாம் ஒரு சிறிய கட்டு மரத்தைத் தயார் செய்து அதில் ஆற்றைக் கடந்து அக்கரைக்குச் செல்ல வேண்டும்'' என்று பதபதைத்தான்.

''முதலில் கட்டுமரத்தைக் கட்டி அக்கரைக்குச் சென்று படகை மீட்டு வருவோம். உன் மகனைப் பற்றிக் கவலை கொள்ளாதே. அவன் இன்னும் சிறு குழந்தை அல்லன். அவனுக்கு நகரத்திற்குப் போகும் வழி நன்றாகவே தெரியும். அவனை அவனே கவனித்துக் கொள்வான். நீ செய்ய மறந்ததை அவன் செய்கிறான். அவன் வழி சரியே. சித்தார்த்தா உன் வேதனை எனக்குப் புரிகிறது. ஆனால் அது வேதனையேயன்று. அந்த வேதனையைப் பார்த்து எள்ளி நகையாடு. இன்றில்லாவிட்டாலும் ஒரு நாள் நீ எள்ளி நகையாடத்தான் போகிறாய்?'' என்று வாசுதேவன் நிதர்சனமாகக் கூறி முடித்தான்.

சித்தார்த்தன் பதில் ஏதும் பேசவில்லை. ஒரு கயிறைக் கையில் எடுத்து, மூங்கில்களை இணைத்து ஒரு கட்டுமரத்தைக் கட்ட தயாராகிவிட்டான். வாசுதேவன் அவனுக்கு உதவி புரிந்தான். புல்லைக் கயிறாக்கி மூங்கில்களை இணைத்து கட்டுமரம் தயாராகி விட்டது. அதில் பயணம் செய்து இருவரும் அக்கரையை அடைந்தனர்.

வாசுதேவன் தயாராக துடுப்பு செய்ய உதவும் ஒரு கட்டையையும் கையில் எடுத்து வந்தான். இதை எதற்காக எடுத்து வருகிறாய் என்று சித்தார்த்தன் கேட்டதற்கு படகுத் துடுப்பு காணாமல் போவதற்கு அநேக வாய்ப்புகள் உண்டு என வாசுதேவன் பதிலளித்தான்.

வாசுதேவனின் எண்ண ஓட்டத்தை சித்தார்த்தன் அறிந்து கொண்டான். ஒருவேளை, துடுப்பைத் தன் பையன் ஒடித்து கோபத்தில் ஆற்றில் எறிந்துவிட்டு போயிருக்கலாம். இவர்களை இப்படி பழிவாங்கி விட்டால், தன்னைப் பின் தொடர மாட்டார்கள் என்ற எண்ணத்தில் அதைச் செய்திருக்கலாம். ஆமாம். உண்மையிலேயே அங்கு துடுப்பு காணப்படவில்லை. வாசுதேவன் படகின் அடிப் பகுதியை சுட்டிக்காட்டி, புன்முறுவலோடு உன் பையன் உனக்கு எந்த சேதியை இதனால் சொல்ல விரும்புகிறான் என்று புரிகிறதா? என்று கேட்டான். என்னைப் பின் தொடர முயற்சி செய்யாதீர்கள் எனச் சொல்லாமல் சொல்லிச் சென்றிருக்கிறான். கொண்டு வந்த கட்டையை துடுப்பாக மாற்றுவதற்கு வாசுதேவன் வேலையில் இறங்கிவிட்டான். சித்தார்த்தன் பையனைத் தேடிச் செல்வதற்காக வாசுதேவனிடமிருந்து விடை பெற்றான். வாசுதேவன் அவனைத் தடுக்க விரும்பவில்லை.

சித்தார்த்தன் காட்டிலே நீண்ட நேரம் அலைந்து திரிந்துவிட்டு, அவனை இங்கே தேடுவது வீண் என்ற முடிவுக்கு வந்தான். அவன் காட்டை விட்டு எப்போதோ சென்றிருக்க வேண்டும் அல்லது யார் கண்ணிலும் படாமல் இந்தக் காட்டில் எங்கோ ஒளிந்திருக்க வேண்டும். பிறகு தன் மனதைத் தேற்றிக் கொண்டு, அப்படி ஒன்றும் தன் மகனுக்கு ஆகியிருக்காது, எந்தத் துன்பமும் நேர்ந்திருக்காது என்ற தன் மனதளவில் முடிவு செய்து கொண்டான். இருந்தபோதிலும் தன் தேடும் முயற்சியைக்

கைவிடவில்லை. அவனைக் காப்பாற்ற வேண்டும் என்ற எண்ணத்தை விட, அவனை மறுபடியும் காண மாட்டோமா என்ற கவலையே அவனிடம் மேலோங்கி இருந்தது. இப்படியே நடந்து நடந்து நகரத்தின் எல்லைக்கே சித்தார்த்தன் வந்து சேர்ந்துவிட்டான்.

அந்த நகருக்குள் செல்லும் விசாலமான சாலையில் நுழைந்தவுடனேயே, அவன் கண்ணில் தென்பட்டது கமலாவின் அழகிய மாளிகைதான். எங்கே முதன் முதலில் கமலாவைக் கண்டானோ, அந்த இடத்தில் நின்று விட்டான். கடந்த காலம் அவன் கண்களில் நிழலாடியது. மறுபடியும் தன்னை அந்த இளம் சாமணனாக, புழுதி படிந்த சடை முடி தரித்து நின்று கொண்டிருப்பவனாகவே நினைத்தான். நீண்ட நேரம் அங்கேயே நின்று கொண்டு கமலாவின் அந்த தோட்டத்தின் வாயிலையே உற்று நோக்கிக் கொண்டிருந்தான். அங்கே கம்பீரமாக நின்று கொண்டிருந்த மரங்களின் நிழலில் புத்த பிட்சுகள் நடமாடிக் கொண்டிருந்ததை வைத்த கண் இமைக்காமல் பார்த்துக் கொண்டிருந்தான்.

தன் கடந்த கால வாழ்க்கையை மனத் திரையில் ஓடவிட்டபடி, அங்கேயே நெடுநேரம் நின்றான். ஒரு காலத்தில் கமலாவும் தன் மகனும் உலாவித் திரிந்த அந்த மரங்களின் நிழலில் இப்பொழுது புத்த பிட்சுகள் நடமாடுவதைக் கண்டான். அகம்பாவத்தின் உச்சியில் தான் வாழ்ந்த சாமண வாழ்க்கையையும் அதன் பின் மிகுந்த எதிர்பார்ப்போடு உலக வாழ்வில் தன்னை ஈடுபடுத்திக் கொண்டதையும் வெறுப்போடு நினைவுபடுத்திப் பார்த்தான். கமலாவின் அந்த முதல் முத்தமும் பின்பு தன்னை அணைத்துக் கொண்டதும் அவன் நினைவுக்கு வந்தது. காமசாமி, அவனது வேலையாட்கள், சீட்டாட்டக்காரர்கள், கேளிக்கைகள், விருந்துகள், பாடகர்கள், ஆட்டக்காரர்கள் இப்படி அனைவரையும் தன் மனத்திரையில் ஓடவிட்டான்.

கமலா, கூண்டில் அடைத்து வைத்திருந்த அந்த பாடும் பறவை இப்படி அனைத்தையும் நினைத்துப் பார்த்து தன் பழைய வாழ்க்கையை சில நிமிடங்கள் வாழ்ந்தே விட்டான். மறுபடியும் இந்த சம்சார எண்ணங்களை கூட அவன் வாந்தி எடுக்கவே

நினைத்தான். இந்த நினைவுகள் அவனை களைப்படையவே செய்தது. மீண்டும் அவனுக்கு அந்த புனித ''ஓம்''மின் நாதமே கேட்டது.

அந்த தோட்டத்தின் வாயிலினருகேயே நெடு நேரம் நின்ற பின்பு, தன் மகனைத் தேடி வந்தது முட்டாள்தனம், தன்னுடைய அன்பினை நிராசைகளை அவன் மீது திணிக்க எண்ணியது மிகத் தவறு என்பதை உணர்ந்தான். தன்னை விட்டு ஓடிவிட்ட தன் மகன் மீது ஆழ்ந்த அன்பு வைத்திருந்தான். இது தன் மனதில் ஓர் ஆறாத புண்ணாக இருந்தது. இந்தப் புண் இன்னும் தன்னை தொந்தரவு செய்வதை விரும்பவில்லை. அது ஆறி மறைய வேண்டும்.

அந்த சமயத்தில் அந்தப் புண் ஆறாமல்தான் இருந்தது. அவன் துன்பத்தில் இருந்தான். அவன் எந்த இலக்கை நோக்கி தன் மகனைத் தேடி வந்தானோ, அந்த இலக்கு ஒரு பெரிய வெற்றிடம். அங்கேயே அமர்ந்து விட்டான். தன் மனதை விட்டு அந்த நினைவை அகற்றவே நினைத்தான். இனிமேல் எந்த சந்தோஷமுமில்லை, எந்த இலக்குமில்லை. மனமொடிந்து அங்கேயே அமர்ந்துவிட்டான். காத்திருந்தான். இப்படி அமைதியாகக் காத்திருப்பதையும் அந்த ஆற்றிடமிருந்தே கற்றிருந்தான்.

புழுதி படிந்த அந்த சாலையிலேயே அமர்ந்து தன் மனது என்ன சொல்கிறது என்பதை கவனிக்க ஆரம்பித்தான். இதுவும் அந்த ஆற்றிடமே கற்றறுதான். அவனுடைய துக்கத்தால் இதயம் துடித்துக் கொண்டிருந்தது. இருப்பினும் அதனிடமிருந்து வரும் சேதியைக் கேட்கவே விரும்பினான். குத்துக் காலிட்டு அங்கேயே அமர்ந்து அந்த ஒலிக்காகக் காத்துக் கொண்டிருந்தான். வெளியில் நடப்பது எதுவும் அவன் கண்களில் படவில்லை. வெறுமையில் ஆழமாக மூழ்கி ஒரு வழி கிடைக்காதா எனத் தேட ஆரம்பித்தான். வேதனையை உணர்ந்த போதெல்லாம், 'ஓம்' என்ற அந்த ஓங்கார மந்திரத்தை உச்சரித்தான். ஓம் என்ற மந்திரச் சொல்லால் தன்னை முழுக்க நிறைத்துக் கொண்டான்.

இவன் இப்படி அமர்ந்திருப்பதை புத்த பிட்சுகள் பார்க்கத் தவறவில்லை. நெடுநேரமானதால், சித்தார்த்தனின் நரைத்த தலையில் புழுதி படிந்து விட்டது. பிட்சுகளில் ஒருவர் அவனருகில்

சென்று அவன் முன்னால் இரண்டு வாழைப்பழங்களை வைத்தார். அதைக் கூட சித்தார்த்தன் கவனிக்கவில்லை.

தன் தோளை யாரோ தட்டுவதை உணர்ந்த பின் விழித்துப் பார்த்தான். இந்த அன்பான தொடுதல் யாருடையது என்பதை அவனால் உணர முடிந்தது. அவன் எழுந்து வாசுதேவனை வணங்கினான். வாசுதேவன் சித்தார்த்தனைப் பின்தொடரத் தவறவில்லை. எவ்வளவு அன்பான முகம். அன்பே அடையாளமாக அநேக சுருக்கங்கள், வசீகரிக்கும் புன்முறுவல், பிரகாசமான கண்கள். இவைகளுக்கெல்லாம் வாசுதேவன் சொந்தக்காரன். அங்கே இருந்த இரண்டு வாழைப்பழங்களில் ஒன்றை தான் உண்டுவிட்டு மற்றதை வாசுதேவனுக்குக் கொடுத்தான். இருவரும் காட்டு வழியே மறுபடியும் குடிலை நோக்கி நடக்க ஆரம்பித்தனர். படகுத் துறையை அடைந்தனர். இருவரும் ஏதும் பேசிக் கொள்ளவே இல்லை. பையனைப் பற்றிய பேச்சு ஏதுமில்லை. சித்தார்த்தனுக்கு ஏற்பட்ட துன்பங்களைப் பற்றியும் பேச்சு இல்லை. குடிலிலிருந்த ஒரு படுக்கையில் சித்தார்த்தன் சாய்ந்தான். சிறிது நேரம் கழித்து இளநீரை எடுத்துக் கொண்டு சித்தார்த்தனுக்குக் கொடுக்க வாசுதேவன் அவன் கட்டிலை நெருங்கிய போது, அவன் அயர்ந்து தூங்கிவிட்டிருந்தான்.

◆◆◆

11

ஓம்

சித்தார்த்தனுக்கு தன் மனதில் ஏற்பட்ட காயம் நெடுநாட்களாகியும் ஆறவில்லை. தன் குழந்தை குட்டிகளோடு பயணம் செய்யும் பலரைத் தன் படகில் ஏற்றிச்சென்றான். அவர்கள் மீது ஒருவகையான பொறாமையே ஏற்பட்டது. பலருக்கு இந்த சந்தோஷத்தை அனுபவிக்கக் கொடுத்து வைத்திருக்கும் போது, தனக்கு மட்டும் ஏன் அது இல்லை? என்று நினைத்தான். கொடூரமான மனிதர்களுக்கு, திருடர்களுக்குக் கூட குழந்தைகள் இருக்கிறார்கள். அவர்கள் நேசிக்கிறார்கள், நேசிக்கப்படுகிறார்கள். ஆனால் எனக்கு மட்டும் இல்லை. இப்படி சிறுபிள்ளைத்தனமாக இயற்கைக்கு ஒவ்வாத காரணங்களைக் கண்டுபிடித்து, ஒரு சாதாரண மனிதனாகவே சித்தார்த்தன் மாறிவிட்டான்.

மனிதர்களைப் பற்றிய தன்னுடைய அபிப்பிராயங்கள் இப்போது மாறுபட்டுத் தோன்றின. தன்னுடைய புத்திசாலிதனமும், அகங்காரமும் மறைந்து விட்டன. அனைவரிடமும் அன்பும் பரிவும் நேசமும் காட்டவே நேரிட்டது. வியாபாரிகள், படை வீரர்கள், பெண்கள் இது போன்ற பல யாத்ரீகர்களைத் தன் படகில் ஏற்றிச் செல்லும் போது, அவர்கள் இப்போது சித்தார்த்தனுக்கு மூன்றாவது மனிதர்களாகத் தோன்றவில்லை. முன்பு அவர்களை வேரினத்தவர்களாகக் கருதியதால் அவர்களைப் புரிந்து கொள்ளவில்லை. அவர்களுடைய ஆசாபாசங்களைப் பகிர்ந்து கொள்ள முடியவில்லை. இப்பொழுது தனக்கு ஏற்பட்டிருக்கும்

சிந்தனை மாற்றத்தினால் அவர்களுடைய எண்ணங்களையும் அபிலாசைகளையும் பகிர்ந்து கொண்டான். தன் மகன் பிரிந்த துன்பத்தால் ஏற்பட்ட காயத்தை மறந்துவிட்டு, தன்னைத்தானே ஓர் உயரிய நிலைக்கு உயர்த்திக் கொண்ட போதிலும், இந்த சாதாரண மக்களை தன்னுடைய சகோதரர்களாவே கருதினான். அவர்களுடைய வீண் டம்பங்கள், ஆசைகள், அபிலாசைகள் எல்லாம் கீழானவையாத் தோன்றவில்லை. மாறாக அவைகள் புரிந்து கொள்ளக் கூடியனவாக, நேசிக்கக் கூடியதாக, மதிக்கத்தக்கதாகவே அவனுக்குப்பட்டது. அம்மாவிற்கு தன் குழந்தையின் மீது ஒரு குருட்டுத்தனமான அன்பு இருந்தது. அப்பாவிற்கு தன் ஒரே மகனால் தனக்குப் பெருமை என்ற முட்டாள்தனமான எண்ணம் இருந்தது. இளம் பெண்ணிற்கு அணிகலன்கள் மேல் அதீத ஆசை, இளைஞர்களைத் தன்பால் ஈர்க்க வேண்டுமென்ற கர்வம் இவையெல்லாம் கண்மூடித்தனமாகவே இருந்தன. இது மாதிரியான அற்பமான, மூடத்தனமான அதே சமயத்தில் அசைக்கமுடியாத, ஆழமாக வேறூன்றிவிட்ட இந்த ஆசைகள், அவாக்கள், இப்பொழுதெல்லாம் சித்தார்த்தனுக்குக் கேவலமானதாகத் தோன்றவில்லை. இவைகளுக்காகத்தானே மக்கள் வாழ்கிறார்கள். பெரிய பெரிய காரியங்களையெல்லாம் செய்கிறார்கள். பயணம் செய்கிறார்கள், பெரிய யுத்தங்கள் செய்கிறார்கள். அதையெல்லாம் பொறுத்துக் கொள்கிறார்கள். இதற்காக அவர்கள் மீது அவன் அன்பு பாராட்டினான். அவர்களுடைய இந்த ஆசைகளிலும், தேவைகளிலும்தான் வாழ்க்கை, தனம், அழிக்கவே முடியாத பிரம்மம் இவைகள் இருப்பதாகக் கண்டான். இந்த மக்கள் அன்புக்குரியவர்கள், போற்றுதற்குரியவர்கள், ஏனென்றால் குருட்டுத்தனமாகச் செய்தாலும், நம்பிக்கையுடனும், பணிவுடனும் விடாமுயற்சியுடனுமல்லவா இருக்கின்றனர். முனிவர்களும் சிந்தனையாளர்களும் அறிந்து வைத்துள்ள சூன்யத்தையும் அனைத்து வாழ்க்கையிலுமுள்ள ஓர் ஒத்திசைவையும் இவர்கள் அறிந்திருக்கவில்லை. அவ்வளவே, இந்த அறிவு, இந்த சிந்தனை, அனைவரும் அறிந்து கொள்ள வேண்டிய அத்தனை பெரிய முக்கியத்துவம் வாய்ந்ததா என சித்தார்த்தனே அடிக்கடி சந்தேகப்பட்டதுண்டு. இந்த அறிவை வைத்துக் கொண்டு சித்தானையாளர்கள் டம்பம் அடித்துக் கொள்வது சமயத்தில்

சிறுபிள்ளைத்தனமாகக் கூடத் தோன்றுகிறது. ஏன் அவர்கள் கூட சிந்தனை செய்யும் குழந்தைகளே. எல்லாவகையிலும் சாதாரண மக்களும் சிந்தனையாளர்களும் சமமானவர்களே. சமயத்தில் ஒரு படி உயர்ந்தவர்கள் கூட எப்படி மிருகங்கள் தனக்கு அத்தியாவசியத் தேவை என்று வரும் போது அதன் மீதே குறியாக இருந்து அடைகிறதோ அப்போது அவை மனித இனத்தை விட மேம்பட்டுத் தெரிகிறதோ அதைப் போல இந்த சாதாரண மனிதர்களும் சிந்தனையாளர்களை விட உயர்ந்தவர்கள் என்று தோன்றுகிறது.

விலங்குகள் பல வகைகளில் மனிதர்களைவிட சிறந்தவைகள் என்பதில் சந்தேகமே இல்லை. மிருகங்கள் பசித்தால் மட்டுமே இரை தேடிச் செல்லும். பசி தீர்ந்துவிட்டால், மீதி இரையை அங்கேயே போட்டுவிட்டுச் சென்றுவிடும். மனிதன் மட்டுமே மறுநாளைக்குச் சேர்த்து வைக்கிறான். மனிதன்தான் கூட்டம் கூட்டமாக சேர்ந்து கொண்டு சண்டை போடுகிறான். சாதி, மதம், மொழி, இனத்தால் பிரிக்கப்பட்டு பொறாமையிலேயே வாழ்வைக் கழித்துவிடுகிறான். முக்கியமாக, விலங்குகளுக்கு காமம் ஏற்படும் போதுதான் தன் பெண் இனத்தைத் தேடிச் செல்லும். இவனுக்கோ ஒரு பெண்ணைக் கண்டவுடனே காமம் தலைக்கேறிவிடும். 'குரங்கிலிருந்துதான் மனிதன் தோன்றினான்' என்று டார்வின் அவர்கள் எழுத முற்பட்டபோது தன் நண்பன் கூறினாராம், 'எதற்கும் குரங்கிடம் ஒரு வார்த்தை கேட்டுக் கொள்வோம் என்று'.

மெல்ல மெல்ல சித்தார்த்தனின் அறிவில் ஒரு முதிர்ச்சி தெரிய ஆரம்பித்தது. அவனுடைய பழுத்த அறிவு ஞானமாக மாறத் துவங்கியது. அவன் தன் தேடலில் எந்த இலக்கிற்காக ஏங்கி நின்றானோ அதை நெருங்கிவிட்டான். இது வேறொன்றுமில்லை. தன் ஆன்மாவைப் பண்படுத்துதல், சிந்தனைக் கலையின் ரகசியம், வாழ்க்கையின் ஒவ்வோர் அசைவிலும் ஓர் ஒத்திசைவைக் காணுதல் என்று கொள்ளலாம். இந்த சிந்தனை சித்தார்த்தனிடம் மெதுவாக முதிர்ச்சி அடைய ஆரம்பித்ததை வாசுதேவனின் குழந்தைத்தனமான முகத்தின் பிரதிபலிப்பில் காண முடிந்தது. ஒத்திசைவு பிரபஞ்ச நேர்த்தி முதலியவற்றையும் சித்தார்த்தன் உணர ஆரம்பித்தான்.

இருந்தபோதிலும் சித்தார்த்தனின் மனப் புண் முழுமையாக ஆறவில்லை. தன் மகனின் நினைவு தன்னை வாட்டி வதைத்தது. அவனுக்காக ஏங்கினான். அந்த கசப்பான அன்புத் தீ அவனது இதயத்திலிருந்து முற்றிலும் மறைந்து அணைந்து விடவில்லை. ஒரு நாள் இந்த மனப்புண் சித்தார்த்தனுக்கு அதிக வேதனை கொடுக்க ஆரம்பித்துவிட்டது. இந்த வேதனையால் உந்தப்பட்டு, வேகமாகப் படகில் ஏறி அக்கரைக்குச் சென்று மறுபடியும் நகரத்திற்குப் போய் தன் மகனைத் தேடுவது என முடிவு செய்தான். ஆறு அமைதியாக மென்மையாக ஓடிக் கொண்டிருந்தது. அது கோடைக்காலம். அதனால் தண்ணீர் அதிகமாக இல்லை. ஆனால் அதனுடைய சப்தம் வித்தியாசமாக ஒலித்தது. அந்த ஆறு இந்த வயதான படகோட்டியைப் பார்த்து உரக்கச் சிரிப்பது மட்டும் நன்றாகக் கேட்டது. சித்தார்த்தனைப் பார்த்து எள்ளி நகையாடியது போல் இருந்தது. சித்தார்த்தன் அசையாமல் நின்று, பின்பு குனிந்து அந்த ஆறு சொல்வதைக் கவனமாகக் கேட்டான். அவனுடைய முகம் அந்த தெளிந்த நீரில் பிரதிபலித்தது. இந்தப் பிரதிபலிப்பு, தான் முற்றிலும் மறந்துவிட்டிருந்த ஏதோ ஒன்றை நினைவூட்டியது.

அந்த முகத்திற்கும் முன்பு எங்கோ எப்போதோ கண்ட பரிச்சயமான ஒரு முகத்திற்கும் ஓர் ஒற்றுமை இருப்பதைக் கண்டான். அந்த முகத்தை அநேகமுறை பார்த்திருக்கிறான். நேசித்திருக்கிறான். சில சமயங்களில் கண்டு பயந்துமிருக்கிறான். அது வேறு யாருடைய முகமுமில்லை. தன்னுடைய பிராமணத் தந்தையின் முகமே. இளம் வயதில் தான் வீட்டை விட்டு வெளியேறி சாமண வாழ்க்கையைத் தொடங்குவதற்காக தான் தன் தந்தையைக் கட்டாயப்படுத்தி விடைபெறுவதற்கு ஒற்றைக் காலில் நின்றது ஞாபகத்திற்கு வந்தது. அப்படி வந்தவன் அதன் பிறகு வீடு திரும்பவே இல்லை. இவன் படும் இதே வேதனையைத்தானே அவன் தந்தையும் அன்று அனுபவித்திருப்பார்? அவனுடைய மகனைக் காணாமலேயே, அவன் தந்தை தனிமையிலே செத்து மடிந்திருப்பாரே. அதே விதியைத்தானே இவனும் எதிர் நோக்க முடியும்? இது ஒரு நகைச்சுவையாகத் தோன்றவில்லையா? இப்படித்தான் வாழ்க்கையில் மாறி மாறி விஷயங்கள் நடந்தேறிக் கொண்டிருக்கின்றன. இது மாற்ற முடியாத விதியின் வட்டம்.

ஆறு சிரித்தது. எல்லாம் அப்படித்தான். துன்பப்பட்டு கடைசி வரை செல்லாதது இப்படித்தான் மறுபடியும் வரும். துன்பத்திற்கு ஆட்பட்டே தீரவேண்டும். மறுபடியும் படகில் ஏறிவிட்டான். குடிசையை நோக்கி செலுத்த ஆரம்பித்துவிட்டான். தந்தையின் நினைவு ஒரு பக்கம், மகனின் நினைவு மற்றொரு பக்கம். இதற்கிடையில் ஆற்றின் சிரிப்பு, இப்படி எண்ண அலைகளால் அலைக்கழிக்கப்பட்டு, தன்னைப் பார்த்து சிரிப்பதா, உலகத்தைப் பார்த்து சிரிப்பதா என்று புரியாமல் துடுப்பைப் போட்டான். ஆனால் அவன் மனப்புண் இன்னும் ஆறவில்லை. விதியை நொந்து கொண்டான். அவனுடைய வேதனைகளுக்கு ஒரு சரியான தீர்வு கிடைக்கவில்லை. குடிசையை அடைந்தவுடன் இதை வாசுதேவனிடம் கொட்டித் தீர்த்தாலொழிய தன் வேதனைகளுக்குத் தீர்வு கிடைக்காது. அவன் ஒருவன்தான், தான் சொல்வதை எந்தச் சலனமுமில்லாமல் கேட்கக் கூடியவன். பிறர் சொல்வதைக் கேட்பதில் அவனுக்கு நிகர் அவனே.

அது சமயம் வாசுதேவன், குடிசையில் அமர்ந்து கூடை முடைந்து கொண்டிருந்தான். அவன் இப்பொழுதெல்லாம் படகோட்டச் செல்வதில்லை. கண்பார்வை மங்கி விட்டது. கை கால்கள் வலுவிழந்து விட்டன. ஆனால் அவனிடம் இப்பொழுதும் மாறாமல் இருந்தது அவனது சந்தோஷமும், அவன் முகத்தில் எப்போதுமிருக்கும் சாந்தமும்தான்.

சித்தார்த்தன் அவன் அருகில் அமர்ந்து மெதுவாகப் பேச்சைத் தொடர்ந்தான். தன் பையனைத் தேடி நகரத்திற்குச் சென்றது, தன்னுடைய ஆறாத மனப்புண், மகன்களோடு பயணம் செய்யும் தந்தையர்களைக் கண்டு பொறாமை கொண்டது, இவைகளெல்லாம் முட்டாள்தனங்கள் என்று கூறும் தன் அறிவு, தன்னுள்ளே நடக்கும் மனப் போராட்டம். இவை அனைத்தையும் வாசுதேவனிடம் கூறினான். இவைகளைப் பற்றி முன்பு வாசுதேவனிடம் பேசியதே இல்லை. அனைத்தையும் ஒன்று விடாமல் கூறி விட்டான். மிகுந்த வேதனை தரக் கூடிய அனைத்தையும் கூறிவிட்டான். மகனைத் தேடும் முயற்சியில் மறுபடியும் ஈடுபட நினைத்தது, அதற்காகப் படகில் சென்றது, ஆறு அவனைப் பார்த்து சிரித்தது. இப்படி அனைத்தையும் கூறிவிட்டான்.

சித்தார்த்தன் சொல்வதையெல்லாம் மலர்ந்த முகத்துடன் வாசுதேவன் கேட்டுக் கொண்டிருந்தான். வாசுதேவன் எப்போதுமில்லாத மிகுந்த கவனத்துடன் தான் சொல்வதை கேட்கிறான் என்பதைப் புரிந்து கொண்டான். அவனுடைய சங்கடங்களை உணர்ந்தான். அவனுடைய எதிர்பார்ப்புகள், அவனுடைய உள் உணர்வுகள், அவைகளின் முரண்பாடுகள் அனைத்தையும் உணர்ந்தான்; இவைகளை வாசுதேவனிடம் கொட்டித் தீர்த்த பின்பு, ஏதோ ஆற்றில் குளித்து எழுந்ததைப் போல் உணர்ந்தான். அவன் சூடு தணிந்து ஆற்றுடனே கலந்துவிட்டது போல ஓர் உணர்வு. மேலும் மேலும் அவன் சொல்லிக் கொண்டிருந்ததையும் தன் குற்ற உணர்வுகளையும் பொறுமையாகக் கேட்டுக் கொண்டிருந்த வாசுதேவனை சித்தார்த்தன் இன்னமும் ஒரு சாதாரண மனிதனாக எண்ணத் தோன்றவில்லை. ஒரு மரம் எப்படி மழையைத் தன்னுள்ளே உள் வாங்கிக் கொள்ளுமோ, அதைப் போல் வாசுதேவன் ஆடாமல் அசையாமல் கேட்டுக் கொண்டிருப்பதைப் பார்த்தால், அவன்தான் அந்த ஆறோ, இல்லை கடவுளோ, பரந்து கிடக்கும் பிரபஞ்சமோ என நினைக்கத் தோன்றியது. சித்தார்த்தன் தன்னைப் பற்றியும் தன்னுடைய மனக் காயத்தைப் பற்றியும் நினைத்ததை சொல்லிய போது, வாசுதேவனிடம் அவன் கண்ட இந்த மாற்றம் அவனை ஆட்கொண்டது. மேலும் இதை உணர உணர ஏதும் மாறுபட்டதாகத் தோன்றவில்லை. எல்லாம் இயற்கையாக சரியாகவே நடக்கின்றன. வாசுதேவன் இதை எப்போதோ அறிந்தும் உணர்ந்தும் இருந்தான். ஆனால் அதை சித்தார்த்தன் இப்போதுதான் அடையாளம் கண்டு கொண்டான். சித்தார்த்தனும் அவனிலிருந்து மிகவும் வேறுபட்டவனல்லன். வாசுதேவனை கடவுள்களுக்கு ஒப்பானவனாகவே உணர்ந்தான். உள்ளூர, வாசுவேனிடமிருந்து விடைபெற நினைத்தான். ஆனாலும் அவனுடன் பேசிக் கொண்டுதானிருந்தான்.

சித்தார்த்தன் பேசி முடித்தவுடன், வாசுதேவன் தன் பார்வை மங்கிய கண்களை சித்தார்த்தன் பக்கம் திருப்பினான். வாசுதேவன் ஏதும் பேசவில்லை. ஆனால் அவனுடைய முகம் அன்பாலும், தெளிவாலும், அறிவாலும், புரிந்து கொண்டதை உணர்த்தும்

வகையில் மிளிர்ந்தது. சித்தார்த்தன் அவனது கைகளைப் பற்றிக் கொண்டு தாங்கலாக ஆற்றங்கரைக்கு அழைத்துச் சென்றான். வாசுதேவன் அருகில் அமர்ந்த சித்தார்த்தன் ஆற்றைப் பார்த்து புன்முறுவல் பூத்தான், "ஆறு சிரித்ததைக் கேட்டாயா? நீ இன்னும் அனைத்தையும் கேட்கவில்லை. நன்றாகக் கவனி. இன்னும் அதிகம் கேட்கலாம்" என்று வாசுதேவன் கூறினான்.

இருவரும் கவனமாகக் கேட்டனர். அந்த ஆற்றின் பல குரல் பாட்டு எதிரொலித்தது. சித்தார்த்தன் ஆற்றை உற்று நோக்கினான். ஓடும் தண்ணீரில் நிழலாடும் பல படங்களைக் கண்டான். அவன் தந்தை தன்னந்தனியாக தன் ஒரே மகனை இழந்து புலம்புவதைக் கேட்டான். தனியாகத் தான் இருப்பதைக் கண்டான். தன் மகனுக்காகத் தான் ஏங்குவதைக் கண்டான். வாழ்வின் ஆசாபாசங்களில் தன்னை மூழ்கடித்து எரித்துக் கொள்ளத் துடிக்கும் தன் மகனைக் கண்டான். ஒவ்வொருவரும் தன் இலக்கின் மீது குறிவைத்து அதைத் தவிர வேறொன்றையும் நோக்காது இருப்பதைக் கண்டான். இலக்கை அடைவதற்கு எவ்வளவு இடர்ப்பாடுகள். ஆற்றின் குரல் துயரம் நிறைந்ததாக இருந்தது. ஆறு, சோக கீதம் பாடிக் கொண்டு, தன் இலக்கை நோக்கி பாய்ந்து கொண்டிருந்தது.

'நீ இதைக் கேட்கிறாயா' என்று வாசுதேவன் தன் கண் பார்வையாலேயே கேட்டதற்கு சித்தார்த்தன் தலை அசைத்தான்.

"இன்னும் நன்றாகக் கேள்" என்று வாசுதேவன் மெல்லிய குரலில் கூறினான்.

சுராவின் ❖ சித்தார்த்தா

சித்தார்த்தன் நன்றாகக் கேட்க முயற்சி செய்தான். தன் தந்தையின் படம், தன் படம், தன் மகனின் படம் இவைகள் ஒன்றுக்குள் ஒன்று மூழ்கி இருப்பதைக் கண்டான். கமலாவின் படமும் தெரிந்தது. நீரில் ஓடிக் கொண்டிருந்தது. கோவிந்தனின் படம், மற்றவர்களின் படம் அனைத்தும் ஓடிக் கொண்டிருந்தன. அனைத்தும் ஆற்றின் பகுதியாகி விட்டன.

எல்லோருடைய இலக்கும் ஒன்றுதான். ஆசைப்படுவது, அடையத் துடிப்பது, அதனால் துன்பப்படுவது. ஆற்றின் குரலும் இவைகளைத்தான் உணர்த்திக் கொண்டு சோக கீதம் பாடிக் கொண்டு செல்கிறது. ஆறும் தன் இலக்கை நோக்கி ஓடிக் கொண்டிருந்தது. தன்னை, தன் உறவினர்களை, தான் இதுவரை கண்ட அனைவரையும் உள்ளடக்கி ஆறு வேகமாக ஓடுவதை சித்தார்த்தன் கண்டான். எல்லா அலைகளும் தண்ணீரும் வேதனையோடு வேகமாக இலக்குகளை, பல இலக்குகளை நோக்கி ஆர்ப்பரித்து ஓடுகிறது. நீர் வீழ்ச்சியை நோக்கி, நீர்ச் சுழியை நோக்கி, கடலை நோக்கி இப்படி அனைத்து இலக்குகளையும் நோக்கி ஒன்றன் பின் ஒன்றாக ஓடுகிறது. மறுபடியும் தண்ணீர் ஆவியாகி மழையாக மாறி ஓடையாக, சிறு புனலாக, ஆறாக மாறி மறுபடியும் ஓடுகிறது. புதிதாக ஓடுகிறது. ஆனால் அதனுடைய ஏங்கும் குரல் மட்டும் மாறவில்லை. இன்னும் வருத்தந் தோய்ந்த தேடலின் குரலாகவே இருந்தது. இந்தக் குரலோடு மகிழ்ச்சியான குரல், துன்பத்தின் கதறல், நல்ல குரல், கெட்ட குரல் சிரிப்புக் குரல்கள், புலம்பல் குரல்கள் என ஏராளமான நூற்றுக்கணக்கான ஆயிரக்கணக்கான குரல்கள் சேர்ந்து கொண்டன.

சித்தார்த்தன் இதை கவனித்தான். தன்னை மறந்து தன்னை ஒரு காலிப் பாத்திரமாக ஆக்கிக் கொண்டு

❖❖❖

12
கோவிந்தா

புத்த பிட்சுக்களுக்காக, கமலா தானமாகக் கொடுத்த அந்த மாளிகையிலே மற்ற பிட்சுக்களுடன் கோவிந்தனும் தன்னுடைய அமைதியான வாழ்க்கையைக் கழித்துக் கொண்டிருந்தான். அது சமயம், ஒரு வயதான படகோட்டியை பலரும் ஒரு சிறந்த முனிவர் எனப் போற்றுவதைக் கேள்வியுற்றான். சில மணி நேர நடைப் பயணம் மேற்கொண்டால், அவனிருக்கும் அந்த ஆற்றங்கரையை

அடைந்து விடலாம் என்றும் அறிந்திருந்தான். கோவிந்தனும் தன் சக மற்றும் இளைய பிட்சுக்களால் மிகவும் போற்றப்படுபவன். மரியாதைக்குரியவன். மூத்த பிட்சு. வாழ்வின் விதிமுறைகளைச் சரியாகக் கடைப்பிடித்து வாழ்பவன். எனினும் அவனுடைய

மனதில் அமைதியின்மையே நிறைந்திருந்தது. எனவே அந்த வயதான படகோட்டியைக் காணப் புறப்பட்டுவிட்டான்.

அவன் ஆற்றை அடைந்ததும், தன்னை அக்கரைக்கு இட்டுச் செல்லுமாறு அங்கிருந்த வயதான படகோட்டியைக் கேட்டான். அக்கரையை அடைந்து இருவரும் படகை விட்டு இறங்கியவுடன் கோவிந்தன் "நீ என்னைப் போன்ற முனிகளுக்கும், பயணிகளுக்கும் மிகுந்த மரியாதை காட்டுகிறாய். அன்பைப் பொழிகிறாய். எங்களில் பலரை அக்கரைக்கு எடுத்துச் சென்றிருக்கிறாய். வாழ்வில் சரியான பாதையை தானும் தேட வேண்டும் என்ற எண்ணம் உனக்குத் தோன்றவில்லையா"? என்று அந்த முதியவரை நோக்கிக் கேட்டான்.

சித்தார்த்தனின் அயர்ந்து போன கண்களிலிருந்து மெல்லிய புன்னகை வெளிப்பட்டது. சித்தார்த்தன் பேச ஆரம்பித்தான். "நீயோ ஒரு புத்த பிட்சு, வயது முதிர்ந்தவன், போற்றுதற்குரியவன், "நீ இன்னுமா உன்னைத் தேடுபவன் என்று கருதுகிறாய்?"

"நான் உண்மையிலே வயது முதிர்ந்தவன்தான். ஆனாலும் ஒருபோதும் நான் தேடுதலை நிறுத்தியதில்லை. அது என்னுடைய விதி. அதனால் தேடுதலை நிறுத்துவதாகவும் இல்லை. நீயும் தேடியிருக்கிறாய் என்றே தோன்றுகிறது. அதைப் பற்றி நீ ஏதாவது எனக்குச் சொல்ல முடியுமா?" என்று கோவிந்தன் கேட்டான்.

"நீ அதிகமாகத் தேடியிருக்கிறாய். அதனால்தான் உனக்குக் கிடைக்கவில்லை. இதைத் தவிர மதிப்புமிக்கதாய் எதையும் என்னால் கூற முடியாது".

"எதனால் இப்படிக் கூறுகிறாய்"

"சிலருக்கு அது சீக்கிரமே கிடைத்து விடுகிறது. ஏனென்றால் அவர் தேடும் அந்தப் பொருளைப் பார்க்கிறார். சிலருக்கு எவ்வளவு தேடியும் கிடைப்பதில்லை. ஏனென்றால், அவர்கள் தேடும் பொருளைப் பார்ப்பதை நிறுத்திவிட்டு, நினைத்துக் கொண்டு மட்டும் இருக்கிறார்கள். ஏனென்றால் அவர்கள் ஓர் இலக்கை நிர்ணயம் செய்து விடுகிறார்கள். அதனால் மற்றவற்றை மறந்து விடுகிறார்கள். அந்த இலக்கால் ஆட்கொள்ளப்படுகிறார்கள். தேடுதல் என்பது ஓர் இலக்கை நிர்ணயித்துக் கொள்வதன்று.

அதைக் கண்டு கொள்வது அடைவது என்பதில் வழிகள் திறந்தவையாக இருக்க வேண்டும். எதையும் ஏற்றுக் கொள்ளக்கூடிய சுபாவம் வேண்டும். முக்கியமாக இலக்கு என்பது நிர்ணயம் செய்யப்படக் கூடாது. நீயும் தேடுபவனே. ஆனால் ஓர் இலக்கை நிர்ணயம் செய்து விட்டாய். அதனால் உன் கண்ணில் பலதும் படுவதில்லை. அனைத்தும் உன் முன்னாலேயே கொட்டிக்கிடக்கிறது''.

''நீ என்ன சொல்ல வருகிறாய் என்பதை என்னால் புரிந்து கொள்ள முடியவில்லை''.

''நீ முன்பு ஒருமுறை பல வருடங்களுக்கு முன்னால் இந்த ஆற்றங்கரைக்கு வந்த போது, அயர்ந்து தூங்கிக் கொண்டிருந்த ஒரு மனிதனைக் கண்டாய். நீ அவனருகில் அமர்ந்து அவன் விழிக்கும் வரையில் அவனுக்கப் பாதுகாவலாக இருந்தாய். ஆனால் அந்த மனிதனை நீ அடையாளம் கண்டுகொள்ள முடியவில்லை. கோவிந்தா''.

இதைக் கேட்டு அதிர்ச்சியடைந்த கோவிந்தன் வயதான அந்தப் படகோட்டியை உற்று நோக்கினான்.

''நீ சித்தார்த்தனா ?'' என்று மெல்லிய குரலில் கோவிந்தன் கேட்டான்.

''இந்த முறையும் உன்னை என்னால் அடையாளம் கண்டு கொள்ள முடியவில்லை. உன்னை மறுபடியும் சந்தித்ததில் மட்டற்ற மகிழ்ச்சி அடைகிறேன். நீ மிகவும் மாறிவிட்டாய். இப்போது நீ படகோட்டி ஆகிவிட்டாயா ?''

சித்தார்த்தன் புன்னகைத்தபடி, ''ஆம். நான் இப்பொழுது ஒரு படகோட்டி. அனைவரும் பல மாறுதல்களுக்கு ஆட்பட்டவர்கள் தானே. நம் வேஷங்களை மாற்றித்தானே ஆக வேண்டும். நானும் அவர்களில் ஒருவன்தான். வா, இன்றிரவு என்னுடைய குடிசையில் தங்கலாம்'' என்று கோவிந்தனுக்கு அழைப்பு விடுத்தான். கோவிந்தன், அன்றிரவு, வாசுதேவன் உபயோகித்த கட்டிலில் படுத்துறங்கினான். கோவிந்தன், தன் ஆத்ம நண்பன் சித்தார்த்தனின் வாலிபக் கால வாழ்க்கையைப் பற்றி அறிந்து கொள்ள ஆசைப்பட்டு பல கேள்விகள் கேட்டான்.

மறுநாள் காலையில் கோவிந்தன் சித்தார்த்தனை விட்டு பிரிந்து செல்லும் முன்பு மிகுந்த தயக்கத்தோடு ''சித்தார்த்தா, நான் உன்னிடம் இன்னுமொரு கேள்வி கேட்க ஆசைப்படுகிறேன். உன்னை வாழ்வில் வழிநடத்திச் செல்வதற்கு சரியானது என்று ஒன்றைச் செய்ய வைப்பதற்கு ஏதேனும் உனக்கென்று ஒரு கோட்பாடு உண்டா ? நம்பிக்கை உண்டா ? பிரத்தியேகமான அறிவு ஏதேனும் உண்டா ?

''நண்பா, நாம் ஒரு காலத்தில் சாமணக் கூட்டத்தில் காட்டில் இருந்தபோது கூட, எந்தக் கோட்பாட்டிலும் நான் நம்பிக்கை வைத்ததில்லை. ஆசிரியர்கள் சொன்னதை அப்படியே ஏற்றுக் கொண்டவனுமல்லன். அதற்குப் பிறகும் கூட எனக்கு அநேக ஆசிரியர்கள் கிடைத்தார்கள். அப்பொழுதும் நான் என் எண்ணங்களை மாற்றிக் கொள்ளவில்லை. அதே எண்ணத்தோடு தான் இப்பொழுதும் இருக்கிறேன். அரண்மனை தலைக்கோலி (ராஜநர்த்தகி, கமலா) ஒருத்தி எனக்கு நெடு நாட்கள் ஆசிரியையாக இருந்தாள். ஒரு பணக்கார வியாபாரி ஆசிரியனாக இருந்தான். பகடைக் காய் உருட்டுபவன் ஆசிரியனாக இருந்திருக்கிறான். ஒரு சமயத்தில் தீர்த்த யாத்திரை செல்லும் புத்த பிட்சு ஆசிரியராக சிலமணி நேரம் இருந்தார். நான் அயர்ந்து உறங்கிக் கொண்டிருந்த போது எனக்குப் பாதுகாவலாக நிற்பதற்காக தனது யாத்திரையையே ஒத்தி போட்ட பிட்சு அவர். அவரிடமிருந்து கொஞ்சம் கற்றுக் கொண்டேன். நான் அவருக்கு மிக மிக நன்றிக்கடன் பட்டுள்ளேன். இவர்கள் அனைவரிடமிருந்து நான் கற்றதை விட, இந்த ஆற்றிடமிருந்தும், எனது ஆசான் வாசுதேவனிடமிருந்தும் கற்றதுதான் மிக அதிகம். அவர் ஒரு சாதாரண மனிதர். சிந்தனைவாதி அல்லர். ஆனால் எதை அறிந்திருக்க வேண்டுமோ அதையும், புத்தத்தையும் அறிந்திருந்தார். அவர் ஒரு புனிதமான மனிதர். முனிவர்.

''நீ ஏதோ கேலி பேசுவது போல் தோன்றுகிறது. சித்தார்த்தா. நீ எந்த ஆசிரியரையும் பின்பற்றவில்லை என்பதை நான் திடமாக நம்புகிறேன். சரி, உனக்கென ஒரு கோட்பாடு இல்லாவிட்டாலும், சில சிந்தனைகள் கூடவா இல்லை ? நீ வாழ்வை நடத்துவதற்கென பிரத்தியேகமான எந்த அறிவையும் சேகரித்து வைக்க

வில்லையா ? அதைப் பற்றி நீ ஏதாவது கூறினால், நான் மிகவும் சந்தோஷப்படுவேன்'' என்று கோவிந்தன் கூறினான்.

''ஆம் எனக்கென்று சில சிந்தனைகளும் இங்குமங்கும் கிடைத்த உலக அறிவும் உண்டு. ஒவ்வொரு மனிதனுக்கும் தன் வாழ்க்கையைப் பற்றித் தன் மனதில் எழும் எண்ணம், எனக்கும் ஏற்பட்டதுண்டு. எனக்கும் பல சிந்தனைகள் உண்டு. ஆனால் அதை எடுத்தியம்புவது கடினம். ஆனால் ஓர் எண்ணம் மட்டும் என்னை மிகவும் பாதித்திருக்கிறது. அது, ஞானத்தைப் பிறரோடு பரிமாற்றம் செய்து கொள்ள முடியாது. இதை ஒருவரோடு பகிர்ந்து கொள்ள நினைப்பதோ, கற்றுக் கொடுக்க நினைப்பதோ முட்டாள்தனம்''.

''நீ என்ன கேலி செய்கிறாயா ?'' என்று கோவிந்தன் கேட்டான்.

''நான் அறிந்து கொண்டதை உனக்குச் சொல்கிறேன். அறிவைப் பகிர்ந்து கொள்ளலாம். ஞானத்தைப் பகிர்ந்து கொள்ள முடியாது. ஒருவன் அதை அறியலாம். பலப்படுத்திக் கொள்ளலாம், அதன் மூலம் பல அதிசயங்கள் நிகழலாம். ஆனால் அதை நிச்சயமாகப் பகிர்ந்து கொள்ளவோ, கற்றுக் கொடுக்கவோ முடியாது. இதை நான் என் இளமைக் காலத்திலேயே அறிந்து கொண்டேன் என நினைக்கிறேன். அதனால்தான், நான் ஆசிரியர்களை விட்டு விலகி நின்றேன். நான் மேலும் ஒன்றைச் சொல்ல விரும்புகிறேன். அதை நீ கேலி என்று எடுத்துக் கொண்டாலும் சரி, முட்டாள்தனம் என்று எடுத்துக் கொண்டாலும் சரி; எந்த ஓர் உண்மையிலும் அதற்கு எதிர்மறை என்று ஒன்று உண்டு. உதாரணமாக, உண்மையின் ஒரு பக்கத்தை மட்டும் கூறவேண்டுமெனில், வார்த்தைகளில் வடித்து அதை கூறிவிடலாம். வார்த்தைகளில் வடிக்கப்படும் அனைத்து உண்மைகளும் ஒருதலைப்பட்சமானதே. அதில் பாதி உண்மையே இருக்கும். அதில் முழுமை, முற்றுமை, முழு அடக்கம் இருக்க முடியாது. மகா புத்தர் இந்த உலகத்தைப் பற்றி கற்பிக்கும் போது கூட, இரு வகையாகக் கூறு போட்டே எடுத்துரைத்தார். இல்லறம், துறவறம் என்று பிரித்தார். மாயை, உண்மை என்று பகுத்தார். துன்பம், முக்தி எனக் கூறு போட்டார். கற்பிப்பவர்கள் இப்படிப் பிரிப்பதைத் தவிர வேறொன்றும் செய்ய முடியாது.

நம்மைச் சுற்றியுள்ள இந்த உலகம் ஒரு தலைப்பட்சமானதன்று. ஒரு மனிதனோ அல்லது செயலோ முற்றிலும் சம்சாரம் சார்ந்ததோ துறவறம் சார்ந்ததோ இல்லை. எந்த ஒரு மனிதனும் முழுமையாகப் புனிதமானவரோ, பாவியோ அல்லன். காலம் என்பது உண்மை என்ற நம் எண்ணத்தாலேயே இப்படிப்பட்ட இருவேறுபட்ட மாயைகள் காட்சி அளிக்கின்றன. ஆனால் காலம் நிச்சயமாக உண்மையானது அன்று என நான் பலமுறை உணர்ந்திருக்கிறேன். அப்படிக் காலம் என்பது உண்மையல்லாத போது, இந்த இருவேறுபட்ட மாயைகள் எப்படி உண்மையாக இருக்க முடியும்? இந்த உலகமும் பிரபஞ்சமும் வெவ்வேறல்ல. இன்பமும் துன்பமும் வெவ்வேறல்ல. நல்லதும் கெட்டதும் வெவ்வேறல்ல. இவைகளைப் பிரிக்கும் அந்தக் கோடு மாயை'' என்று நீண்ட நெடிய சித்தாந்தத்தை சித்தார்த்தன் பேசி முடித்தான்.

''அது எப்படி'' என மறுபடியும் கோவிந்தன் கேள்விக் கணையைத் தொடுத்தான்.

''நண்பா, நான் சொல்வதை நன்றாகக் கேள். நானும் ஒரு பாவி, நீயும் ஒரு பாவி. ஆனால் ஒரு நாள் பாவி, பிரம்மா ஆகிவிடுவான். முக்தி அடைவான். புத்தனாகக் கூட மாறிவிடுவான். அந்த ஒருநாள் என்பது மாயை. இது ஓர் ஒப்பீடு மட்டுமே. பாவி புத்தத்தை நோக்கி போய்க் கொண்டிருக்கிறான் என்று கூற முடியாது. ஆனால் நமது சிந்தனை வேறு விதமாக இருக்கவும் வழி இல்லை. புத்தம் என்பது பாவியினிடத்தில் ஏற்கெனவே இருக்கிறது. அவனுடைய எதிர்காலமும் அங்கேயே இருக்கிறது. புதைந்து கிடக்கும் இந்த புத்தத்தை அடையாளம் காண வேண்டும். அது உன்னிடமும் உள்ளது. என்னிடமும் உள்ளது. எல்லோரிடத்திலும் உள்ளது. கோவிந்தா, இந்த உலகம் ஒழுங்கற்றது அல்ல. ஒழுங்கை நோக்கி சிறிது சிறிதாக முன்னேறிக் கொண்டிருக்கிறது என்றும் கூற முடியாது. அது ஒவ்வோர் அசைவிலும் முழுமையானதே. ஒவ்வொரு பாவத்திலும் அதனுள் பரிவு உண்டு. எல்லாக் குழந்தைகளும் ஒரு நாள் முதியவர்களே. பால் குடிக்கும் பச்சிளங்களும் மரிப்பார்கள். அவர்களுக்குள்ளும் மரணம் புதைந்து கிடக்கிறது. அனைவரும் மரணப்பாதையில் நீண்ட நெடிய பயணம் மேற்கொண்டுள்ளனர். இந்தப் பயணத்தில் ஒருவர் எவ்வளவு தூரம் பயணித்திருக்கிறார்

என்பதை மற்றவரால் அறிந்து கொள்ள முடியாது. திருடனிடமும், சூதாட்டக்காரனிடமும் கூட புத்தர் ஒளிந்திருக்கிறார். சுத்த பிராமணனிடம் திருடன் ஒளிந்து கொண்டிருக்கிறான். ஆழ்ந்த தியானத்தில் காலத்தைக் கடந்து விட முடியும். முக்காலத்தையும் ஒருமித்துக் காண முடியும். அப்பொழுதே நாம், அனைத்தும் நன்றாகவே நடந்தது, நன்றாகவே நடக்கிறது. நன்றாகவே நடக்கும் என்று அறிய முடியும். அனைத்தும் பிரம்மம் என்று உணர முடியும். அதனால் இங்கே இருக்கும் அனைத்தும் நன்றே என்றுதான் எனக்குத் தோன்றுகிறது. வாழ்வானாலும் சரி, மரணமானாலும் சரி, புனிதமானாலும் சரி, பாவமானாலும் சரி, ஞானமானாலும் சரி, முட்டாள்தனமானாலும் சரி அனைத்தும் நன்றே. அனைத்தும் தேவையே. அனைத்துக்கும் தேவை உன் இசைவும், ஒப்புதலும், புரிந்து கொள்ளக்கூடிய அன்பும் இருந்தால் நல்லதே நடக்கும். எந்தத் துன்பமும் வராது. பாவம் செய்தே தீர வேண்டும் என என்னுடைய உடல் உயிர் மூலம் அறிந்து கொண்டேன். நான் காம வயப்பட வேண்டி வந்தது. சொத்து சேர்க்க விரும்பினேன். பின் இவைகளை வாந்தி எடுத்து வெளியேற்றவே நேரிட்டது. சீரழிந்து சின்னாபின்னமான போது, இவைகளைத் தடுத்து நிறுத்துவது தவறு என உணர்ந்தேன். அதன் போக்கில் விட்டுவிட்டு இந்த உலகத்தை ரசிக்கக் கற்றுக் கொண்டேன். ஒப்பீடு செய்தல் வீண் என உணர்ந்தேன். நான் நினைப்பது போல் இந்த உலகம் இல்லையே, அப்படி இருந்தால் முழுமை பெற்றிருக்குமே என்ற எண்ணங்களை விட்டுவிட்டேன். அதை அதை அப்படி அப்படியே இருக்க விட்டுவிட்டு அவைகள் மீது அன்பு செலுத்துவதோடு மட்டுமல்லாது அவற்றோடு ஒன்றி நம்மை இணைத்துக் கொள்ள வேண்டும். என் மனதில் ஓடிக்கொண்டிருக்கும் சில எண்ண அலைகள் இவைகள்தான்" என்று சித்தார்த்தன் கூறி முடித்தான்.

சித்தார்த்தன் குனிந்து தரையிலிருந்து ஒரு கல்லை எடுத்துக் கையில் வைத்துக் கொண்டான்.

"இது இப்பொழுது ஒரு கல். காலப் போக்கில் இது ஒருவேளை மண்ணாகி விடலாம். மண் மரமாகலாம், விலங்காகவும் அல்லது மனிதனாகலாம். நான் முன்பு இதை உயிரற்ற ஒரு கல் எனக் கூறி இருக்கலாம். இதற்கு எந்த மதிப்பும் இல்லை. இது இந்த மாய உலகத்திற்குச் சொந்தமானது. காலமாற்றத்தால், மனிதனாக,

ஆவியாக மாறிவிடலாம். இப்பொழுது இது மதிப்பிற்குரியது. நான் இப்படித்தான் நினைத்துக் கொண்டிருந்தேன். ஆனால் நான் இப்பொழுது நினைக்கிறேன், இந்தக் கல், விலங்கு, கடவுள், புத்தம் அனைத்துமே. இப்படி இருக்கும் கல் ஒரு நாள் மாற்றமடைந்து வேறொன்றாக மாறிவிடும் என்பதற்காக நான் இதை மதிக்கவில்லை. அது அனைத்துமாக எப்போதோ இருந்தது. அனைத்துமாக எப்பொழுதும் இருக்கும் என்பதற்காக மதிக்கிறேன். இது இன்றைக்கு ஒரு கல் என்பதனால் அன்பு பாராட்டுகிறேன். நாளை என்னவாகும் என்று கவலையில்லை. இந்தக் கல்லின் மேல் உள்ள ஒவ்வொரு கோட்டிலும், குழியிலும், அதனுடைய மஞ்சள் நிறத்தில், சாம்பல் நிறத்தில், அதனுடைய கடினத் தன்மையில், அதைத் தட்டினால் எழும் ஓசையில், உலர்ந்த நிலையில், நீரில் ஊறிய நிலையில் அனைத்திலும் வழுவழுப்பான கல்லைக் காண்கிறேன். இவை வடிவத்தில், மண் வடிவத்தில், இப்படி ஒவ்வொன்றும் ஒவ்வொரு விதத்தில் மாறுபட்டு 'ஓம்' என்ற பிரணவத்தை வணங்கிக் கொண்டுதானிருக்கிறது. எனவே ஒவ்வொன்றும் பிரம்மமே. ஆனாலும் இது ஒரு கல்லே. எந்த வடிவத்தில் இருக்கிறது என்பது முக்கியமன்று. எல்லா வடிவமும் இனிதாகவே உள்ளது. ஆச்சரியமாகவும் உள்ளது. எனவே அது வணங்குதற்குரியது. இதை விட நான் அதிகம் ஏதும் கூற விரும்பவில்லை. ஏனென்றால் வார்த்தைகளால் எண்ணங்களை முழுமையாக பிரதிபலிக்க முடியாது. அப்படி கூறும் போது, வார்த்தைகள் சில மாறுதல்களை உட்புகுத்திவிடும். திரிக்கப்பட்டுவிடலாம். முட்டாள்தனமாகக் கூட ஆகிவிடலாம். ஒருவருக்கு மதிப்புடையதாகவும், ஞானமாகவும் தோன்றுவது மற்றவருக்கு முட்டாள்தனமாகக் கூடத் தோன்றலாம். அதுவும் உகந்ததே. எனக்கு அதுவும் சரி எனவே படுகிறது'' கோவிந்தன் அமைதியாகக் கேட்டுக் கொண்டிருந்தான். பிறகு, ''கல்லை ஏன் உதாரணமாக எடுத்துக் கொண்டாய்'' என்று கேட்டான்.

''பிரத்தியேகமான காரணமொன்றுமில்லை. கல், ஆறு இதுபோல மற்ற எந்தப் பொருட்களை நாம் காணுகிறோமோ அதிலிருந்து எதையாவது கற்றுக் கொள்ள முடியுமானால், அவற்றையெல்லாம் நான் நேசிக்கிறேன் என்பதை விளக்குவதற்காக. கோவிந்தா என்னால் ஒரு கல்லை, ஒரு மரப்பட்டையைக் கூட

நேசிக்க முடியும். ஆனால் ஒருவரால் வார்த்தைகளை நேசிக்க முடியாது. அதனால் போதனைகள் என்பது என்னைப் பொருத்தமட்டில் உபயோகமற்றவை. போதனைகள் கடினமானவையும் அல்ல மென்மையானவையும் அல்ல. அவைகளுக்கென்று எந்த நிறமும் கிடையாது. வாசனைகளும் கிடையாது, ருசியும் கிடையாது. வார்த்தைகளைத் தவிர அவைகள் வேறொன்றுமில்லை. ஒருவேளை அந்த வார்த்தைகள்தாம் உனக்கு அமைதி கிடைப்பதை தடுக்கின்றனவோ. சம்சாரம் சன்யாசம் என்பது வெறும் வார்த்தைகள். நிர்வாணா என்பது ஒரு பொருளன்று. நிர்வாணா என்ற வார்த்தை மட்டுமே உள்ளது'' ''நிர்வாணா என்பது வெறும் வார்த்தை மட்டுமன்று. அது ஒரு சிந்தனை'' என்று கோவிந்தன் வாதிட்டான்.

"அது ஒரு சிந்தனையாக இருக்கலாம். ஆனால் சிந்தனைகளுக்கும் வார்த்தைகளுக்கும் வித்தியாசங்கள் ஏதுமில்லை என்பதை நான் நம்புகிறேன். இன்னும் வெளிப்படையாகக் கூறப் போனால், நான் சிந்தனைகளுக்குப் பெரிய மதிப்பேதும் கொடுப்பதில்லை. ஆனால் பௌதீகப் பொருட்களுக்கு அதிகம் மதிப்புக் கொடுக்கிறேன். உதாரணமாக, நான் படகோட்டியாக பொறுப்பேற்பதற்கு முன்பு, இங்கு ஒரு படகோட்டி இருந்தார். அவர்தான் என்னுடைய குரு. அவர் புனிதமானவர். அவர் இந்த ஆற்றைத் தவிர வேறெதையும் நம்பியதில்லை. ஆறு தன்னோடு பேசுவதை கூர்மையாகக் கவனித்தார். அதனிடமிருந்து கற்றுக் கொண்டார். ஆறு அவருக்கு அறிவுரை கூறியது. கற்பித்தது. ஆற்றைக் கடவுளாக மதித்தார். இந்த ஆற்றைப் போல, காற்றும், மழையும், மேகக் கூட்டங்களும், பறவைகளும், சின்னஞ்சிறு பூச்சிகளும் கூட ஆசானாக இருக்க முடியும் என்பதை அவர் நெடுநாள் அறிந்திருக்கவில்லை. இந்தக் காட்டிற்குள் சென்று தன்னை மறந்த போதுதான் இதை அறிந்து கொண்டார். எந்தவித குருமார்களின் உதவியுமின்றி, புத்தகங்கள் ஏதுமின்றி இந்த ஆற்றை மட்டுமே நம்பி, உன்னையும் என்னையும் விட அதிகமாகவே அறிந்திருந்தார்''.

"நீ பௌதிகப் பொருள் என்று கூறுவது உண்மையானதா? அதற்கு ஏதாவது மதிப்பு உண்டா? அது கண்ணுக்குத் தெரியும் ஒரு பிம்பம், மாயை இல்லையா? உன்னுடைய கல், மரம் அனைத்தும்

உண்மையா?'' என கோவிந்தன் மறுபடியும் வினாக்களை எழுப்பினான்.

"அதைப் பற்றி நான் அவ்வளவாகக் கவலைப்படுவதில்லை. அவைகள் மாயை என்றால், நானும் மாயையே, ஏனென்றால் அவைகளும் என்னைப் போன்றவைகளே. அதனால்தான் அவைகளை நேசிக்கிறேன். வணங்குகிறேன். ஆனால் அதில் ஒரு கோட்பாடு உள்ளது. அதைக் கேட்டால் நீ சிரிப்பாய். கோவிந்தா, நேசம், அன்பு என்பதுதான் இந்த உலகத்தில் அதி முக்கியமானது போல் எனக்குத் தோன்றுகிறது. சிறந்த சிந்தனையாளர்கள், இந்த உலகத்தை ஆராய்ச்சி செய்யலாம். விளக்கமளிக்கலாம். வெறுக்கக் கூடச் செய்யலாம். ஆனால் நேசிப்பது மாத்திரமே சிறந்தது. முக்கியமானது. வெறுப்பதென்பது ஒருவரை ஒருவர் வெறுப்பது அல்லவே அல்ல. அனைவரையும், இந்த உலகில் உள்ள அனைத்தையும் மதிப்போடும், மரியாதையோடும், அன்போடும் நேசிப்பதே சாலச் சிறந்தது'' என்று சித்தார்த்தன் கூறி முடித்தான்.

"எனக்குப் புரிகிறது. இதைத்தான் புத்தர் வெறும் மாயை என்றார். அவரும் நேசத்தை, பாசத்தை பண்பை, பரிவை, பொறுமையை, கருணையைப் போதித்தார். ஆனால் அன்பைப் பற்றி அவர் கூறவில்லை. அன்பினால் கட்டுண்டு விடக்கூடாது. இந்த உலக வாழ்க்கையில் சிக்கி விடக்கூடாது என்று போதித்தார்'' எனக் கோவிந்தன் கூறினான்.

புன்முறுவல் பூத்த சித்தார்த்தன், "இதை நான் அறிவேன். நீ ஒன்றைப் புரிந்து கொள். நாம் வெறுமனே வார்த்தைகளிலும், அர்த்தங்களிலும் சிக்கித் தவிக்கிறோம். நான் கூறும் அன்பைப் பற்றிய வார்த்தைகளுக்கும் புத்தர் கூறுவதற்கும் முரண்பாடுகள் உள்ளன என்பதை நான் மறுப்பதற்கில்லை. அதனால்தான் நான் வார்த்தைகளை நம்புவதில்லை. ஏனென்றால் இந்த முரண்பாடுகள் மாயை. புத்தருக்கு அன்பைப் பற்றித் தெரியாது என்று எப்படிக் கூற முடியும். மனித வாழ்க்கையின் நிலையற்ற தன்மை, ஆனாலும் அதனால் ஏற்படும் கர்வம் இவற்றையெல்லாம் அறிந்த அவர் ஏன் மனிதர்களுக்காகவே தன் நீண்ட வாழ்க்கையை அர்ப்பணித்தார். போதனைகளைக் கூறினார். மக்களை நல்வழிப்படுத்த முயன்றார். புத்தர் என்ற அந்த அரிய சிறந்த குருவின் வார்த்தைகளை விட

அவருடைய வாழ்க்கை மகத்துவம் வாய்ந்தது. அவருடைய செயல்பாடுகள் மதிப்பு வாய்ந்தவை. அவருடைய வார்த்தைகளால் சிந்தனைகளால் அவரைப் பெரிய மனிதர் என்று நான் கருதவில்லை. அவருடைய மகத்துவம் அவருடைய வாழ்க்கையால் செயல்பாடுகளால் வெளிப்படுகிறது'' என கூறினான்.

வயதான இரண்டு கிழடுகளும் நெடு நேரம் ஏதும் பேசிக்கொள்ளாமல் மௌனம் காத்தனர். கோவிந்தன் தன்னைத் தயார் செய்து கொண்டு, ''சித்தார்த்தா, மிக்க நன்றி, உன்னுடைய சில சிந்தனைகளை என்னோடு பகிர்ந்து கொண்டதற்கு. அவைகளில் சில மிக மிக அரியவை, பல அறிந்திராதவை. உடனடியாக அதை கிரகித்துக் கொள்ள முடியவில்லை. எனினும், நன்றி, உன்னுடைய அமைதியான நாட்களுக்காகப் பிரார்த்திக்கிறேன்'' என்று கூறிவிட்டு விடை பெறத் தயாரானான்.

சித்தார்த்தன் புரிந்து கொள்ள முடியாத ஓர் அரிய மனிதன். அவனுடைய சிந்தனைகளும் மிக அரிதானவை. அவனுடைய எண்ணங்கள் கோமாளித்தனமாகத் தோன்றுகின்றன. ஆனால் புத்தரின் கோட்பாடுகள் வேறுபட்டுத் தோன்றுகின்றனவே. அவை தெளிவானவை, எளிதில் புரிந்து கொள்ளக் கூடியவை, ஒளிவு மறைவு அற்றவை. அரிதானது என்று ஒன்றும் இல்லை. இகழ்ச்சிக்குரியதுமில்லை. கொடூரமானது என்றும் ஒன்று இல்லை. ஆனால் சித்தார்த்தனின் சிந்தனைகளை விட அவனுடைய கை, கால்கள், கண்கள், அவன் மூச்சு, சிரிப்பு அவனுடைய வரவேற்பு, நன்றி பாராட்டுதல் முதலியன என் மீது வேறுவிதமான பாதிப்பை ஏற்படுத்தி விட்டன. நிர்வாணா நிலையை புத்தர் அடைந்த காலந்தொட்டு, சித்தார்த்தன் என் மீது ஏற்படுத்திய தாக்கத்தை நான் சந்தித்த எந்த மனிதனும் ஏற்படுத்தியதில்லை.

இவன் ஒரு புனிதமானவன். இவனுடைய எண்ணங்கள் முட்டாள்தனமாகத் தோன்றலாம். இவனுடைய சிந்தனைகள் அரியதாகத் தோன்றலாம். ஆனால் இவனுடைய பார்வை, கை, தோல், முடி அனைத்தும் ஒரு வகையான புனிதத்தை, அமைதியை, பிரகாசத்தையல்லவா ஒளிர்ந்து வெளிப்படுத்துகின்றன.

மகாபுத்தராகிய எனது குருவின் மறைவிற்குப் பின் இவனைப் போல் ஒரு மனிதனைக் கண்டதே இல்லை என கோவிந்தன் தன் மனதுக்குள்ளேயே அசை போட்டான்.

கோவிந்தன் மனதில் ஓடிய இந்த எண்ண ஓட்டங்கள், அவனில் ஒரு முரண்பாட்டை ஏற்படுத்திவிட்டது. அருகில் அமைதியாக அமர்ந்திருந்த சித்தார்த்தன் முன் குனிந்து தலை வணங்கி நின்றான்.

"சித்தார்த்தா, நம் இருவருக்கும் அதிகம் வயதாகி விட்டது. மறுபடியும் இந்த வாழ்க்கையில் நாம் சந்திப்போம் என்பது நிச்சயமில்லை. என் அன்பான நண்பனே, உனக்கு அமைதி கிட்டிவிட்டது என்பதை நான் அறிய முடிகிறது. எனக்கு அது இன்னும் கிட்டவில்லை என்பதை நான் உணர்கிறேன். முழுமையாக உள்வாங்கிக் கொண்டு, புரிந்து கொள்ளும்படி எனக்கு இன்னுமொரு ஒரே ஒரு வார்த்தையைக் கூறு. அது எனக்கு வழிகாட்டியாக அமையட்டும். என்னுடைய வழி கடினமானதாகவும் இருட்டாகவும் இருக்கிறது" என்று கோவிந்தன் விசனப்பட்டு வேண்டுகோள் வைத்தான்.

தனக்கே உரித்தான அமைதியான புன்முறுவலுடன், சித்தார்த்தன் கோவிந்தனை உற்று நோக்கினான். கோவிந்தன் ஒரு வித ஏக்கத்தோடு, இன்னும் தேடியது கிடைக்காததினால் ஆனாலும் தேடுதலை நிறுத்தாதவனாய், தோல்வியோடும், வருத்தந்தோய்ந்த முகத்தோடும் சித்தார்த்தனைப் பார்த்தான்.

சித்தார்த்தன் இதைக் கண்டு புன்னகைத்தான்.

"என்னை நோக்கி நெருங்கி வா, நன்றாகக் குனி, என்னுடைய நெற்றியில் ஒரு முத்தம் கொடு கோவிந்தா" என்று சித்தார்த்தன் கேட்டுக் கொண்டான்.

இதைக் கேட்டு அதிர்ச்சி அடைந்த போதிலும் சித்தார்த்தன்பால் கோவிந்தன் கொண்டிருந்த அன்பினாலும் மதிப்பினாலும், அவன் கட்டளைக்கு அடி பணிந்தான். கோவிந்தன் அவனருகில் சென்று குனிந்து அவனுடைய நெற்றியில்

முத்தமிட்டான். இதை அவன் செய்தபோது, வியக்கத்தக்க ஒன்று கோவிந்தனுக்கு ஏற்பட்டது. சித்தார்த்தன் இயம்பிய சித்தாந்த வார்த்தைகளால் குழம்பிய நிலையில் இருந்த கோவிந்தனுக்கு, காலம் என்ற கருத்தைத் தன் மனத்தைவிட்டு அகற்றுவது எப்படி என்ற நிலையில் அல்லல்பட்டுக் கொண்டிருந்த கோவிந்தனுக்கு, நிர்வாணத்தையும், சம்சாரத்தையும் எப்படி ஒன்றே என்று எடுத்துக் கொள்வது என்ற குழப்பத்தில் இருந்த கோவிந்தனுக்கு, அதிக மதிப்பும் மரியாதையும் சித்தார்த்தன்பால் வைத்திருந்த போதிலும் அவனுடைய வார்த்தைகளை எப்படி முழுமையாக ஏற்றுக் கொள்ள முடியும் என்ற குழப்பத்திலிருந்த கோவிந்தனுக்கு, அந்த நேரத்தில் இது நேர்ந்தது.

அதன்பின் தன் நண்பன் சித்தார்த்தனின் முகத்தை நேருக்கு நேர் அவன் பார்க்கவில்லை. அதற்குப் பதிலாக, மற்றவர்கள் முகங்களை அநேக முகங்களை ஒரு நீண்ட வரிசையில் தொடர்ச்சியாக பல முகங்களை, நூற்றுக்கணக்கான, ஆயிரக்கணக்கான முகங்கள் தோன்றுவதையும், மறைவதையும், ஆனால் அதே சமயத்தில் நிலை குத்தி நிற்பதையும் ஒரு சேரக் கண்டான். அவைகள் தொடர்ந்து மாற்றமடைவதையும், புதிதாகத் தோன்றுவதையும், ஆனால் அவைகளனைத்தும் சித்தார்த்த-னுடையதாகவே தெரிந்தன. ஒரு மீனின் முகத்தைக் கண்டான். சிரமப்பட்டு வாயைப் பிளக்கும் ஒரு பெரிய மீனைக் கண்டான். கண்களை மூடி இறந்து கொண்டிருக்கும் ஒரு மீனைக் கண்டான். முகத்தில் இளஞ்சிவப்பு மடிப்புகள் கூடிய கதறி அழுவதற்கு காத்துக் கொண்டிருக்கும் அப்பொழுதுதான் பிறந்த குழந்தையைக் கண்டான். கொலையாளியைக் கண்டான். ஒரு மனிதனின் உடலில் தன் கத்தியைக் கொலையாளி பாய்ச்சுவதைக் கண்டான். அந்தக் கொலைகாரன் தான் செய்த குற்றத்திற்குப் பிராயச்சித்தம் தேடுவதற்காக மண்டியிட்டு மன்னிப்புக் கேட்பதைக் கண்டான். அவன் தூக்கிலிடப்படுவதைக் கண்டான். ஆடையில்லாமல் ஆண் பெண் உடல்கள் தாறுமாறாகக் கிடக்கக் கண்டான். பிணக் குவியல்களைக் கண்டான். விலங்குகளின் தலைகள், பறவைகளின்

தலைகள், யானைகள், முதலைகள் இவைகளின் தலைகள் ஆங்காங்கே சிதறிக் கிடக்கக் கண்டான். பகவான் கிருஷ்ணனைக் கண்டான். அக்னியைக் கண்டான். இத்தனை பாகங்களிலும் முகங்களிலும் ஓராயிரம் உறவுகளைக் கண்டான். ஒருவருக்கொருவர் உதவிக் கொள்வதையும், வெறுத்துக் கொள்வதையும், அழித்துக் கொள்வதையும் பின்பு மறுபிறவிகள் எடுப்பதையும் கண்டான். ஒவ்வொருவரும், ஒவ்வொன்றும் மரிக்கக் கூடியதே. நிலையற்று நிழலாக மறைந்து போவதே இவையெல்லாம் என்பதற்கு சிறந்த உதாரணமாக இவை தெரிந்தன. ஆனாலும் ஒருவரும் இறக்கவில்லை. மாற்றமடைகிறார்கள். மறுபிறவி எடுக்கிறார்கள். தொடர்ந்து ஒரு புதிய முகமே தோன்றுகிறது. ஒரு முகத்திற்கும் மற்றொரு முகத்திற்கும் காலம் மட்டுமே இடையில் நிற்கிறது. அத்தனை உருவங்களும், முகங்களும் நிற்கின்றன. ஓடுகின்றன. மறைகின்றன. மறுபடியும் ஜனிக்கின்றன. ஒன்றோடொன்று கலக்கின்றன. எல்லாமே மாயை, ஆனால் இருக்கின்றன. இவையிரண்டிற்கும் மிக மெல்லிய வேறுபாடே உள்ளது. முகமூடி போட்டு மறைக்கப்பட்டுள்ளது. அவ்வளவே. அந்த முகமூடி வேறொன்றுமில்லை. சித்தார்த்தனின் சிரித்த முகம். அந்த முகத்தில்தான் கோவிந்தன் முத்தமிட்டான். ஒருமிப்பை வெளிப்படுத்தும் சித்தார்த்தனின் மெல்லிய சிரிப்பில் மேற்கூறிய அத்தனை மாற்றங்களையும் கண்டான். அந்த மெல்லிய புன்னகை கௌதம புத்தனின் புன்னகையை ஒத்து இருந்தது. ஆயிரம் அர்த்தங்கள் பொதிந்த அந்த கௌதமனின் புன்னகைக்கும், சித்தார்த்தனின் புன்னகைக்கும் எந்த வேறுபாடுமில்லை. இப்படியாக கோவிந்தன் சித்தார்த்தன் மூலம் புன்முறுவலைக் கண்டான். முழுமை பெற்ற புன்னகை.

காலம் என்று ஒன்று உள்ளதா, அது ஒரு நிமிடமா, பல நூற்றாண்டுகளா, சித்தார்த்தன் இருந்தானா? கௌதம புத்தன் இருந்தானா? தான் என்று ஒன்று உள்ளதா, மற்றவர்கள் இருக்கிறார்களா என்பதை அறிய முடியாமல் திணறிக் கொண்டிருக்கும் போது அந்த முத்தம் அம்பாகப் பாய்ந்து இனிய

நிறைவை கோவிந்தனுக்கு அளித்தது. கோவிந்தன் ஆடாமல் அசையாமல் சிறிது குனிந்தபடி இன்னும் சித்தார்த்தனின் அமைதியான முகத்தை நோக்கியபடி அங்கேயே நின்றான். அவனுடைய முகத்தில் கடந்த, நிகழ், வருங்காலங்களையும் கண்டான். ஆயிரம் உருவங்களும், முகங்களும் ஒரு கண்ணாடியில் தோன்றி மறைந்த பின்பும், சித்தார்த்தனின் முகம் கோவிந்தனை ஊக்கப்படுத்துவதாகவே இருந்தது. அவன் அமைதியாக, மென்மையாக புன்முறுவல் பூத்தது புத்தன் சிரிப்பதைப் போலவே இருந்தது.

கோவிந்தன் நன்றாகக் குனிந்து வணங்கினான். அடக்க முடியாத துயரத்தால் கண்ணீர் தாரை தாரையாக வழிந்தோடியது. அளவிட முடியாத அன்பினாலும், மதிப்பினாலும், அவன் ஆட்கொள்ளப்பட்டான். ஆடாமல் அசையாமல் அமர்ந்திருந்த சித்தார்த்தனின் கால்களில் விழுந்து நமஸ்கரித்தான். அவன் வாழ்வில் எவற்றையெல்லாம் நேசித்தானோ, விலைமதிப்பற்றது என்று எதையெல்லாம் நினைத்தானோ, எதைப் புனிதமென்று நினைத்தானோ, அதை சித்தார்த்தனின் புன்னகையில் கோவிந்தன் கண்டான்.

❖❖❖